ലകാൻ
വാക്കും വെളിച്ചവും

INSIGHT PUBLICA

Nadakkavu, Kozhikode, Kerala, 673011
www.insightpublica.com
e-mail: insightpublica@gmail.com
Title: **Lakan**
Vaakkum Velichavum
(Malayalam)
Author**: Prof. C P Muhammad**
First Edition: March 2024

Printed and Published by
InsightinPublica Printers & Publishers Pvt. Ltd.
ISBN 978-93-5517-953-1

ലകാൻ
വാക്കും വെളിച്ചവും

പ്രൊഫ. സി. പി. മുഹമ്മദ്

INSIGHT PUBLICA®

കോഴിക്കോട് ജില്ലയിലെ ബാലുശ്ശേരി സ്വദേശി. കോഴിക്കോട് ഗവ. ആർട്സ് ആന്റ് സയൻസ് കോളേജിൽ നിന്ന് അസോസിയേറ്റ് പ്രൊഫസറായി വിരമിച്ചു.

പൈ അനന്തതയുടെ കയ്യൊപ്പ്, ആദിയിൽ എണ്ണൽ സംഖ്യകളുണ്ടായി, പൂജ്യം ഒന്നുമില്ലായ്മയുടെ ശ്യാമസൗന്ദര്യം, ഗണിത വിസ്മയങ്ങൾ, മറവി ഓർമ്മ ശാസ്ത്രവും ജീവിതവും, മസ്തിഷ്ക്കത്തിലെ കളിയച്ഛൻ എന്നിവ പ്രധാനകൃതികൾ.

ഭാര്യ: ഷരീഫ. മക്കൾ: അർഷ അനം, വസിൻ റഹ്മാൻ.

മേൽവിലാസം: പൂളക്കണ്ടി. നന്മണ്ട പി.ഒ. കോഴിക്കോട്

ഫോൺ: 9387237202, 8078288901

പ്രൊഫ. സി. പി. മുഹമ്മദ്

ഉള്ളടക്കം

വഴിപിരിയുന്ന വാക്കുകൾ

'ഒട്ടുവിൽ ഏതെങ്കിലുമൊരു പാഠപുസ്തകത്തിലെ മൂന്നോ നാലോ വരികൾ മാത്രമായി ഞാനെഴുതിയതും പഠിപ്പിച്ചതുമെല്ലാം ഒതുങ്ങിയേക്കാം' ഒരു പ്രഭാഷണത്തിനിടയിൽ ലകാൻ ഇങ്ങനെ നിരീക്ഷിക്കുകയുണ്ടായി. അതേതു പുസ്തകത്തിലായിരിക്കുമെന്നോ അതിനെത്ര കാലം വേണ്ടിവരുമെന്നോ മുൻകൂട്ടി കാണാനൊന്നും ആ ദാർശനികൻ ശ്രമിക്കുന്നില്ല അവയുടെയും ഒപ്പം സൈക്കോഅനാലിസിസിന്റെയും ഭാവി എന്തായിരിക്കുമെന്ന ആശങ്കകൾ പങ്കുവെക്കാൻ മറക്കുന്നുമില്ല എങ്കിലും ലകാന്റെ ഉള്ളിൽ ഒരു വിശ്വാസമുണ്ടായിരുന്നു, എങ്ങോട്ടാണ് നീങ്ങുന്നത് എന്നറിയില്ലെങ്കിലും സൈക്കോഅനാലിസിസിന് എന്നും ഒരിടമുണ്ടാകുമെന്ന്. ആ വിശ്വാസം ഇതുവരെ തെറ്റിയിട്ടില്ല എന്നു തന്നെയാണ് ഇരുപത്തൊന്നാം നൂറ്റാണ്ടിന്റെ ആദ്യദശകങ്ങൾ നല്കുന്ന സൂചന.

ഴാങ് ലകാൻ (Jaques Lacan 1901- 1981) ശ്രദ്ധി ക്കപ്പെട്ടു തുടങ്ങിയത് 1932-ൽ പ്രസിദ്ധീകരിച്ച ഗവേഷണ പ്രബന്ധത്തിലൂടെയാണ്. ലകാന്റെ ആദ്യകാല താത്പ ര്യങ്ങളിൽ മനോവിജ്ഞാനീയമുണ്ടായിരുന്നില്ല. പ്രസിദ്ധ ചിത്രകാരനായ സാൽവദോർ ദാലിയുടെ ഒരു ലേഖനമാ ണ് ലകാന്റെ ശ്രദ്ധ സൈക്കോളജിയിലേക്കു തിരിയാൻ പ്രേരകമായത്. ലകാന്റെ ഗവേഷണവിഷയം 'പാരനോ യിഡ് സൈക്കോസിസ്' എന്നതായിരുന്നു. ഇന്റർനാഷ ണൽ സൈക്കോ അനാലിസിസ് അസോസിയേഷന്റെ പതിനാലാമത്തെ കോൺഫറൻസിലാണ് തന്റെ സുപ്ര ധാനമായ ചില നിരീക്ഷണങ്ങൾ ലകാൻ അവതരിപ്പിച്ച ത്. 1936-ൽ നടന്ന ആ സമ്മേളനത്തിൽ പേപ്പർ അവത രിപ്പിച്ചു കൊണ്ടുള്ള പ്രഭാഷണം ലകാന് പാതിവഴിയിൽ വെച്ച് നിർത്തേണ്ടി വന്നു. 'താങ്കളുടെ സമയം കഴിഞ്ഞി രിക്കുന്നു' എന്നറിയിച്ചുകൊണ്ടുള്ള അദ്ധ്യക്ഷന്റെ ഇടപെ ടലായിരുന്നു കാരണം. അസോസിയേഷന്റെ അക്കാല ത്തെ പ്രസിഡണ്ടായിരുന്ന ഏണസ്റ്റ് ജോൺസ് (Ernest Jones) ആയിരുന്നു ആ മീറ്റിംഗിന്റെ അദ്ധ്യക്ഷൻ. സൈ ക്കോഅനാലിസിസിന്റെ പിതാവ് എന്നറിയപ്പെടുന്ന സിഗ്മണ്ട് ഫ്രായിഡിന്റെ അടുത്ത അനുചരനും ജീവച രിത്രകാരനുമായിരുന്നു ജോൺസ്. ലകാന് അനുവദി ച്ചിരുന്ന സമയം കഴിഞ്ഞിരുന്നു എന്നതു സത്യമാണ് എന്നാൽ അതുമാത്രമായിരുന്നില്ല അദ്ധ്യക്ഷന്റെ ഇടപെ ടലിനു കാരണം. സൈക്കോഅനാലിസിസിന്റെ പരമ്പ രാഗത രീതിയിൽ നിന്നും പ്രഭാഷകൻ വഴിമാറിപ്പോകുന്നു എന്നു ജോൺസ് ഭയപ്പെട്ടിരിക്കണം. ആ ഭയം അസ്ഥാ നത്തായിരുന്നില്ലതാനും. ലകാൻ പുതിയ വഴികളിലേക്കു

നീങ്ങാൻ തുടങ്ങിയിരുന്നു. ഫ്രായിഡിന്റെ ശൈലിയിൽ നിന്നും രീതികളിൽ നിന്നുമുള്ള മാറ്റമാണ് മറ്റുള്ളവരിൽ നീരസം ജനിപ്പിക്കാനിടയാക്കിയതെങ്കിലും ലകാന്റെ വാദം മറിച്ചായിരുന്നു. നിലവിലുള്ള സൈക്കോ അനാലിസിസ് വേണ്ടത്ര ഫ്രായിഡിയനല്ല എന്ന് ആ ചിന്തകൻ തറപ്പിച്ച പറഞ്ഞു.

സൈക്കോ അനാലിസിസിന്റെ ചരിത്രത്തിലെ നിർണ്ണായകമായ കാലമായിരുന്നു ആയിരത്തിതൊള്ളായിരത്തി അമ്പതുകൾ. ഫ്രഞ്ച്സൈക്കോഅനാലിസ്റ്റുകൾക്കിടയിലെ ചേരിതിരിവുകളുടെയും പടലപ്പിണക്കങ്ങളുടെയും കാലമായിരുന്നു അത്. ഗ്രൂപ്പുകളികൾക്കെല്ലാമൊടുവിൽ താനും ഒരു പറ്റം കൂട്ടാളികളും ഒരു ചങ്ങാടത്തിലെന്നോണം ഒറ്റപ്പെട്ടതായി ലകാൻ പിന്നീട് പറയുകയുണ്ടായി. ഏതു കച്ചിത്തുരുമ്പും പിടി വള്ളിയായും കൈയിൽ കിട്ടിയതെന്തും വിഭവങ്ങളായും മാറിയ ഒരു പരീക്ഷണകാലം. നീണ്ട പത്തുവർഷങ്ങൾക്കൊടുവിൽ തനിക്കുപറയാനുള്ളതിനെല്ലാം ഒരു പൂർണ്ണത കൈവന്നതായി ലകാൻ തിരിച്ചറിഞ്ഞു അടിയുറച്ച മണ്ണിൽ കാലൂന്നിയ അനുഭവം. അതോടെ സൈക്കോ അനാലിസിസിന്റെ പതിവു രീതികളിൽ നിന്നും അവരെല്ലാം അകന്നു പോവുകയും ചെയ്തിരുന്നു. 1963-ൽ അസോസിയേഷന്റെ അംഗത്വപട്ടികയിൽ നിന്നും ലകാൻ എന്ന പേര് നീക്കം ചെയ്യപ്പെട്ടു. 1963-ൽ ലകാനും കൂട്ടാളികളും ചേർന്ന് പുതിയൊരു സംഘടനയ്ക്ക് രൂപം നല്കി. 'ഫ്രായിഡിയൻ സ്കൂൾ ഓഫ് പാരീസ്' എന്ന പേരിൽ. 1980-ൽ ആ സംഘടന പിരിച്ചു വിട്ടുകൊണ്ട് ലകാൻ പറഞ്ഞ പ്രസിദ്ധമായ ഒരു

വാചകമുണ്ട്. 'നിങ്ങൾക്കു വേണമെങ്കിൽ ഒരു ലകാനിയ നാവാം എന്നാൽ ഞാനൊരു ഫ്രായിഡിയനാണ്.'

1966 അവസാനിക്കാറായപ്പോഴാണ് ലകാന്റെ പുസ്തകം Ecrits പ്രസിദ്ധീകൃതമാകുന്നത്. ഒരേയൊരു പുസ്തകം എന്നു തന്നെ പറയാം. ബാക്കിയെല്ലാം സെമിനാറുകളും പ്രഭാഷണങ്ങളുമാണ്. പിന്നീടുള്ള കുറച്ചുകാലം ഒരുപാടു വേദികളിൽ ഈ കൃതിയെ അവലംബിച്ചു സംസാരിക്കാൻ ലകാൻ ക്ഷണിക്കപ്പെട്ടു. അതിനായി കുറെയധികം യാത്രചെയ്യേണ്ടതായും വന്നു. എല്ലായിടത്തും ശ്രോതാക്കളായി എത്തിയവരിൽ ഭൂരിഭാഗവും കഥയറിയാതെ ആട്ടം കാണാനെത്തിയവരായിരുന്നു. അവരുടെ മുന്നിൽ സൈക്കോഅനാലിസിസിന്റെ രീതികൾ (ലകാന്റെ വാക്കുകൾ കടമെടുത്താൽ same old story) വിശദീകരിക്കുക എളുപ്പമായിരുന്നില്ല. ഫ്രായിഡിൽ നിന്നും ലകാനെ വേർതിരിച്ചു നിർത്തുന്ന ഒരു കാര്യം ഇവിടെ എടുത്തു പറയേണ്ടതുണ്ട്. അതത്ര ആഴമുള്ളതൊന്നുമല്ലെങ്കിലും. ഫ്രായിഡിന്റെ ഭാഷയും ശൈലിയും ഏറെ പ്രസിദ്ധമാണല്ലോ. പരന്നവായനയും ക്ലാസിക്കുകളുമായിട്ടുള്ള അടുത്ത ബന്ധവും ആ വലിയ ചിന്തകനെ നല്ലൊരു എഴുത്തുകാരനാക്കി മാറ്റിയിരുന്നു. ഹൃദ്യമാണ് ഫ്രായിഡിന്റെ ഭാഷ 'മനുഷ്യന്റെ അന്തരംഗം അതിന്റെ സിംഹഭാഗത്തിലും കവിതരചിക്കുന്ന ഒരവയവമാണ്'എന്നു വിശ്വസിച്ച ആളുടെ ഭാഷ സുന്ദരമായതിൽ അത്ഭുതപ്പെടേണ്ടതില്ലല്ലോ. എന്നാൽ ലകാന്റെ ശൈലി അത്രതന്നെ ഒഴുക്കുള്ളതല്ല. ഇടയ്ക്കു വരുന്ന സമവാക്യങ്ങളും ചിത്രങ്ങളും ഗണിതവസ്തുതകളുമെല്ലാം കൂടി ലകാനെ കേൾക്കുന്നതും വായിക്കുന്നതും അത്ര സുഖകരമല്ലാത്ത അനുഭവങ്ങളാക്കി മാറ്റുന്നു.

സൈക്കോഅനാലിസിസ് ഒരു ഭാഷയാണ്. സവിശേഷമായ ഒരു ചികിത്സാരീതിയുടെ ഭാഷ. ഇന്ന് ആ ഭാഷയ്ക്ക് ഒട്ടേറെ വകഭേദങ്ങളുണ്ട്. ഓരോന്നിനും അതിന്റേതായ വാക്യഘടനയും വ്യാകരണവുമുണ്ട്. ഒരു വാക്കു തന്നെ ഓരോ ഭാഷാരീതിയിലും വ്യത്യസ്തമായ അർത്ഥതലങ്ങൾ ഉള്ളവയാണ്. സൈക്കോഅനാലിസിസ് എന്നു കേൾക്കുമ്പോൾ ഒട്ടുമിക്ക ആളുകളുടെയും മനസ്സിലേക്കോടിയെത്തുന്ന ഒരു വാക്കുണ്ട്. അബോധമനസ്സ് എന്നതാണത്. എന്നാൽ സാധാരണ വ്യവഹാരഭാഷയിൽ നിന്നും വിഭിന്നമായ അർത്ഥമാനങ്ങളോടെയാണ് അനാലിസ്റ്റുകൾ ഈ പദമുപയോഗിക്കുന്നത്. ലകാനിയൻ തിയറിയിൽ ഈ വാക്കിനു വരുന്ന ജൈവമാറ്റമറിയാൻ അദ്ദേഹത്തിന്റെ തന്നെ വാക്കുകൾ ശ്രദ്ധിച്ചാൽ മതി. 'അബോധമനസ്സ് അല്ലെങ്കിൽ അബോധമായി നടക്കുന്ന മനോവൃത്തികൾ എന്നിവയെക്കുറിച്ച് എല്ലാവർക്കുമറിയാം. എന്നാൽ സൈക്കോ അനാലിസിസിലെ അബോധമനസ്സ് തീവ്രമായി ചിന്തിക്കുന്ന ഒന്നാണ്.'

ചിന്തിക്കുക എന്നത് ബോധപൂർവ്വം നടക്കുന്ന ഒരു പ്രക്രിയയാണ് അതിനാൽ ചിന്തിക്കുന്ന അബോധമനസ്സ് എന്ന പ്രയോഗം തന്നെ ഒരു വൈരുദ്ധ്യമല്ലേ എന്നു ചോദിച്ചേക്കാം. എന്നാൽ അബോധമനസ്സിന്റെ ചിന്തകൾ എന്നത് ഒരു വസ്തുതയാണെന്നും അതു തിരിച്ചറിയാനും വിശദീകരിക്കാനും സവിശേഷമായ ഒരു വ്യാഖ്യാനശൈലി ആവശ്യമാണെന്നും ലകാൻ നിരീക്ഷിക്കുന്നു. അബോധമനസ്സിന്റെ ചിന്തകൾ എന്നത് സുവ്യക്തമായ ഒരാശയമായി മാറിയാൽ സൈക്കോഅനാലിസിസു തന്നെ ഇല്ലാതാവും. ലകാന്റെ രസകരമായ ഒരു കമന്റ്

ഇവിടെ ശ്രദ്ധേയമാണ്. 'പലരും കരുതുന്നത് അവർക്കു സൈക്കോഅനാലിസിസ് എന്താണെന്നറിയാം എന്നാണ്. ആ കൂട്ടത്തിൽ പെടാത്തവർ സൈക്കോഅനാലിസ്റ്റുകൾ മാത്രമാണ്'

ഇന്നു ലകാൻ ഏറെ ആദരിക്കപ്പെടുന്നത് ഒരു ഫിലോസഫർ എന്ന നിലയ്ക്കാണ്. ശൂദ്ധശൂന്യതയിൽ നിന്ന് ഒരു ചിന്തകനും ജനിക്കുന്നില്ല എന്നു പറയാറുണ്ടല്ലോ. ആയിരത്തി തൊള്ളായിരത്തി അമ്പതു മുതൽ എഴുപതുവരെയുള്ള രണ്ടു ദശാബ്ദക്കാലം ഫ്രഞ്ചുദാർശനികരുടെ ചിന്താരീതികളിൽ വലിയ മാറ്റങ്ങൾ വന്ന കാലമായിരുന്നു. പോസ്റ്റ്സ്ട്രക്ചറലിസം എന്നു വിളിക്കപ്പെടുന്ന വ്യാഖ്യാനശൈലിയും സമീപനരീതികളും അതുവരെയുള്ള പലധാരണകളെയും തിരുത്തിയെഴുതുകയുണ്ടായി. അർത്ഥം, ആത്മനിഷ്ഠത, സ്വത്വം എന്നിവയെക്കുറിച്ചുള്ള വിശ്വാസപ്രമാണങ്ങൾ മാറിമറിയാൻ തുടങ്ങി. ദരിദയുടെ ഡീകൺസ്ട്രക്ഷൻ സാഹിത്യപഠനത്തിലും നിരൂപണരംഗത്തും ശ്രദ്ധേയമായ ചലനങ്ങൾ സൃഷ്ടിച്ച കാലം കൂടിയായിരുന്നു അത്. അതോടെ ഭാഷയുടെയും ആഖ്യാനരൂപങ്ങളുടെയും ദാർശനികമായ അടിത്തറകൾ പുതുക്കിപ്പണിയലുകൾക്ക് വിധേയമായി. അധികാരഘടനയെയും രാഷ്ട്രീയസാമൂഹിക ബന്ധങ്ങളെയും പുതിയൊരു കണ്ണിലൂടെ കാണാൻ മിഷേൽ ഫൂക്കോയുടെ രചനകൾ പ്രേരകമായി. പിന്നാലെവന്ന ലിയോറ്റാഡിന്റെ കൃതികൾ ആധുനികതയെക്കുറിച്ചും ഉത്തരാധുനികതയെക്കുറിച്ചുമുള്ള ചർച്ചകളെ സജീവമാക്കി മാറ്റി. അങ്ങനെയുള്ളൊരു കാലത്ത് തന്റെ റോളിനെക്കുറിച്ച് ലകാന് സംശയമൊന്നും ഉണ്ടായിരുന്നില്ല. 'ഫ്രായിഡിലേക്കു മടങ്ങുക'ലകാൻ ഉറച്ചു തന്നെ പറഞ്ഞു.

എന്നാൽ അത് വെറുമൊരു ഒരു തിരിച്ചു പോക്കായിരുന്നില്ല. പുതിയ വഴികളിലൂടെയുള്ള യാത്രയായിരുന്നു. ഒരു പുതിയ വായനയായിരുന്നു എന്നു സാരം. വരികൾക്കിടയിലെ ആ വായന കുറച്ചെങ്കിലും അടുത്തറിയാനുള്ള ശ്രമമാണ് ഇനിയുള്ള പേജുകളിൽ.

മനോദർപ്പണം

പതിനാലാമത് അന്താരാഷ്ട്ര കോൺഫറൻസിൽ ലകാൻ അവതരിപ്പിച്ച പ്രബന്ധത്തിൽ ശ്രദ്ധേയമായ ഒരു നിരീക്ഷണമുണ്ടായിരുന്നു. ഒരു മനുഷ്യശിശുവിന്റെ മാനസികവളർച്ചയുടെ വഴികളിലെ സുപ്രധാനമായ ഒരു ഘട്ടത്തെക്കുറിച്ച്. ദർപ്പണഘട്ടം (mirror stage) എന്ന ഈ ആശയം ഒന്നു തേച്ചുമിനുക്കിയെടുത്ത രൂപത്തിലാണ് പിന്നീടുള്ള സെമിനാറുകളിൽ അവതരിക്കപ്പെട്ടത്. എക്രിറ്റ്സിന്റെ ഒന്നാമധ്യായം ഈ ഘട്ടത്തെക്കുറിച്ചാണ്. ഒരു വ്യക്തിയിൽ സ്വത്വബോധം രൂപപ്പെടുന്നതിന്റെ ആദ്യപടി എന്ന ഉപശീർഷകത്തോടെ. ലളിതമാണ് ലകാന്റെ ഈ ആശയം. ഒരു പക്ഷേ, അപകടകരമാം വിധം ലളിതമായത്. എളുപ്പത്തിൽ ധരിക്കാവുന്നത് എളുപ്പത്തിൽ തെറ്റിദ്ധരിക്കപ്പെടാവുന്നതുമാണല്ലോ. ഒരു കുഞ്ഞ് ആദ്യമായി തന്റെ പ്രതിരൂപം തിരിച്ചറിയുന്ന നിമിഷം മുതൽ തുടങ്ങുന്ന ഒരു കാലയളവിനെയാണ് ലകാൻ 'മിറർ സ്റ്റേജ്' എന്നു വിശേഷിപ്പിക്കുന്നത്.

ഇവിടെ പ്രതിബിംബം ഒരു കണ്ണാടിയിലാവാം അല്ലെങ്കിൽ ഒരു കണ്ണാടിയിലെന്നപേലെയുമാവാം. ആറുമാസം മുതൽ പതിനെട്ടമാസം പ്രായമാകുന്നതുവരെയുള്ള കാലം എന്നു ലകാൻ എടുത്തു പറയുന്നുണ്ട്. അതിനുമുമ്പ് കുഞ്ഞിന് അതിന്റെ ശരീരം ഭദ്രമായ ഒന്നാണെന്ന തിരിച്ചറിവ് ഉണ്ടാകുന്നില്ല. മറ്റുള്ളവരിൽ നിന്നോ മറ്റുള്ളവയിൽ നിന്നോ വേറിട്ടൊരു സ്വത്വം എന്ന ചിന്ത രൂപപ്പെട്ടു തുടങ്ങിയിട്ടില്ല എന്നു സാരം.

കുഞ്ഞുങ്ങളുടെ ഈയൊരു അവസ്ഥയെ വിശേഷിപ്പിക്കാൻ ലകാൻ സവിശേഷമായ ഒരു പദമുപയോഗിക്കുന്നുണ്ട്. ഇംഗ്ലീഷിലാവുമ്പോൾ നിശബ്ദമായ ഒരു എച്ചിൽ തുടങ്ങുന്ന 'ഓംലെറ്റ് (hommelette)' എന്ന പദം. Home എന്ന പദവും omelette എന്ന പദവും ചേർന്നു വരുന്ന ഒരു സവിശേഷ പ്രയോഗം. Home എന്ന ഫ്രഞ്ച് പദത്തിന് മനുഷ്യൻ എന്നാണല്ലോ അർത്ഥം. omelette പരിചിതമായ ഭക്ഷണപദാർത്ഥവും. ചെറിയ പുസ്തകം ബുക്ക്ലെറ്റും കോഴിക്കുഞ്ഞ് ചിക്ക്ലെറ്റുമാകുന്നപോലെ മനുഷ്യശിശു ഓംലെറ്റാണല്ലോ. ഒരു മുട്ട ഓംലെറ്റുണ്ടാക്കാനായി പൊട്ടിച്ച് പാനിലൊഴിച്ചാൽ അതൊഴുകിപ്പരക്കുമല്ലോ. ചൂടുപിടിച്ച് ഉറയ്ക്കുന്നതു വരെ അതിനു വ്യക്തമായ ഒരു രൂപമില്ല. നിയതമായ അതിരുകളില്ല. മിറർ സ്റ്റേജിനുമുമ്പ് സ്വന്തം ശരീരത്തെക്കുറിച്ചും സ്വത്വത്തെക്കുറിച്ചും കുഞ്ഞിന്റെ ധാരണകൾ ഈ വിധത്തിലാണ്.

കണ്ണാടിയിലെ പ്രതിരൂപത്തിന്റെ ആകർഷണീയമായ ഒരു ഗുണം അതിന്റെ പൂർണ്ണതയാണ്. അമ്മയിൽ നിന്നും ചുറ്റമുള്ളവയിൽ നിന്നുമെല്ലാം വകഞ്ഞുമാറ്റപ്പെട്ട

ഒരു രൂപം തനിക്കുണ്ട് എന്ന തിരിച്ചറിവ് അതിമഹത്തായ അനുഭവങ്ങളിലൊന്നാണ്. മുതിർന്നവരാരെങ്കിലും കണ്ണാടിയിലേക്കു ചൂണ്ടി 'അതു നീയാണ്' എന്ന് ആവർത്തിച്ചു പറയുമ്പോൾ 'ഹമ്പട ഞാനേ' എന്ന് കുഞ്ഞുണ്ണി മാഷുടെ ശൈലിയിൽ തിരിച്ചറിയുന്ന ആ നിമിഷം ജീവിതത്തിലെ തന്നെ അനർഘനിമിഷങ്ങളിലൊന്നായി ലകാൻ കാണുന്നു. എത്തിപ്പിടിച്ച് ശരീരം ഇത്തിരി മുന്നോട്ടാഞ്ഞ് ആ രൂപവുമായി കുഞ്ഞ് കളിക്കാൻ തുടങ്ങുന്നു. കൈകാലുകൾ ഇളക്കുമ്പോഴും ഉമ്മവെയ്ക്കുമ്പോഴും ആ രൂപം എങ്ങനെയൊക്കെയാണ് പ്രതികരിക്കുന്നത് എന്നു സസൂക്ഷ്മം നിരീക്ഷിക്കുന്നു. ഈയൊരു ഘട്ടത്തിൽ കുഞ്ഞ് ആഹ്ളാദത്തോടെ തിരിച്ചറിയുന്ന മറ്റൊരു വസ്തുത കൂടിയുണ്ട്. മുന്നിൽ കാണുന്ന രൂപത്തിൽ തനിക്കൊരു നിയന്ത്രണമുണ്ട് എന്നതാണത്. തന്റെ ചേഷ്ടകളിലൂടെ ഛായാരൂപത്തിന്റെ ചലനങ്ങളെ മാനിപ്പുലേറ്റു ചെയ്യാൻ കഴിയുമെന്നത് ഒരു ചെറിയ അറിവല്ല. സ്വന്തം ശരീരത്തിനു മുകളിൽ ഒരു നിയന്ത്രണവുമില്ലാത്തപ്പോഴാണ് ഇത് എന്നോർക്കുക ഈ ഗുണങ്ങൾ കൂടി ആരോപിക്കപ്പെട്ടുമ്പോൾ ആ രൂപം വെറുമൊരു പ്രതിച്ഛായ എന്നതിനുമപ്പുറം ഒരു 'ഇമാഗോ' ആയി വളരുന്നു.

ഇമാഗോ, ലാറ്റിൻ ഭാഷയിൽ ഇതിനർത്ഥം പ്രതിരൂപം, പ്രതിബിംബം എന്നൊക്കെ തന്നെയാണ്. എന്നാൽ സൈക്കോഅനാലിസിസിലാവുമ്പോൾ സവിശേഷമായ ഒരു പരിവേഷം ഈ വാക്കിനു ലഭിക്കുന്നു. ഒപ്പം മിത്തുകളിലേക്കും പുരാവൃത്തങ്ങളിലേക്കും പടർന്നുകയറുന്ന ഒരർത്ഥമാനവും കൈവരുന്നു. ഇവിടെ പ്രതിരൂപം ഒരാദിരൂപമോ ഒരതിരൂപമോ ആയി മാറുകയാണ്. അതോടെ

എല്ലാ പൂർണ്ണതയോടെയും ഒരു ഇമാഗോ ഗെസ്റ്റാൾട്ടായി ഉള്ളിൽ പച്ചകുത്തപ്പെടുകയും ചെയ്യുന്നു. സമകാലീനരായ ജർമ്മൻ മനഃശാസ്ത്രജ്ഞരുടെ ഒരു സാങ്കേതിക പദം ലകാൻ ഈ സന്ദർഭത്തിൽ കടമെടുക്കുകയാണ്. നമുക്കു ചുറ്റുമുള്ളതെന്തും ഒരു പൂർണ്ണതയിൽ കാണാനുള്ള പ്രവണതയുണ്ട് മനുഷ്യമനസ്സിന്. ഒരു ജ്യാമിതീയരൂപത്തിലെ ചെറിയ വിള്ളലുകൾ ഒറ്റക്കാഴ്ചയിൽ മനസ്സ് അവഗണിച്ചേക്കാം പല കാഴ്ചകളും ഉള്ളിൽ പതിയുന്നത് ഒരു മെയ്ക്കപ്പിനു ശേഷമായിരിക്കും. മലയാളത്തിന്റെ പ്രിയപ്പെട്ട കവി വയലാർ എഴുതിയതു പോലെ 'കൊഴിഞ്ഞപീലികൾ പെറുക്കിയെടുക്കും കൂട്ടികെട്ടും ഹൃദയം'. പൂർണ്ണം അംശങ്ങളുടെ സഞ്ചയത്തെക്കാളും വലിയതാണ് എന്നോർമ്മിപ്പിക്കുന്ന ജർമ്മൻ പദമാണ് ഗെസ്റ്റാൾട്ട്. ഇത്തരത്തിൽ മനസ്സിൽ പതിയുന്ന പ്രതിച്ഛായയിൽ നിന്നും രൂപപ്പെട്ടു വരുന്നതാണ് ഈഗോ. മനുഷ്യൻ സൃഷ്ടിക്കപ്പെട്ടത് ദൈവത്തിന്റെ പ്രതിരൂപത്തിൽ നിന്നാണ് എന്ന് വിശുദ്ധ ഗ്രന്ഥങ്ങൾ പറയാറുണ്ടല്ലോ. മനുഷ്യൻ സൃഷ്ടിക്കപ്പെട്ടത് അവന്റെതന്നെ പ്രതിരൂപത്തിൽ നിന്നാണ് എന്ന ലകാന്റെ വാക്കുകളിൽ ഈ നിരീക്ഷണങ്ങളുടെ രത്നച്ചുരുക്കം കാണാം.

അക്കാലത്ത് ലകാന്റെ ആശയങ്ങൾക്കു നേരെ ഉയർന്നുവന്ന ഒരു വിമർശനമിങ്ങനെയാണ്. ഒരിക്കലും ഒരു കണ്ണാടിയുമായി നേരിട്ടു പരിചയമില്ലാത്ത ഒരു കുഞ്ഞിന്റെ ഉള്ളിൽ ഈഗോ രൂപപ്പെടുന്നതെങ്ങനെയാണ്? ഉദാഹരണത്തിന് ജന്മനാ കാഴ്ചശക്തിയില്ലാത്ത ഒരു കുഞ്ഞാണെങ്കിൽ ഇതെങ്ങനെ ശരിയാകും. അവഗണിക്കാവുന്നതാണ് ഈ വാദം. ലകാന്റെ കണ്ണാടി സാധാരണ

അർത്ഥത്തിലല്ലെന്നും ഒരു രൂപകമാണെന്നും ഇതിനകം തന്നെ മനസ്സിലാക്കി കാണുമല്ലോ 'ഓപ്റ്റിക്കൽ മെറ്റഫർ' എന്നാണ് ലകാന്റെ തന്നെ പ്രയോഗം. ജന്മനാ അന്ധയായ കുഞ്ഞ് മറ്റ കുട്ടികളുടെ ശരീരത്തിലായിരിക്കും സ്വന്തം പ്രതിരൂപം കാണുന്നത്. മുന്നിലെ കൂട്ടുകാരിയുടെ വലതുകവിളിൽ തലോടി നോക്കിയ ശേഷം തന്റെ ഇടതു കവിളിലേക്ക് കുഞ്ഞ് കൈവലിക്കുന്നത് സ്വാഭാവികമാണല്ലോ. മറ്റ കുഞ്ഞുങ്ങളുടെ സാന്നിദ്ധ്യമാണ് ഇവിടെ സ്വന്തം ശരീരത്തിന്റെ രൂപരേഖയെക്കുറിച്ചുള്ള ആദ്യ അറിവായി മാറുന്നത്. ഇത്തരത്തിലൊരു പ്രതിരൂപത്തിന്റെ സാന്നിധ്യം ആവശ്യമായിവരുന്ന സന്ദർഭം മറ്റചില ജീവികളുടെ വളർച്ചയ്ക്കിടയിലും സംഭവിക്കുന്നതായി ലകാൻ എടുത്തുകാണിക്കുന്നു. ചിലതരം പ്രാവുകളെക്കുറിച്ച പഠിച്ച ബയോളജിസ്റ്റുകൾ മനസ്സിലാക്കിയ ഒരു വസ്തുതയുണ്ട് അവയിൽ പ്രത്യുൽപ്പാദനാവയവങ്ങളുടെ വളർച്ച പൂർണ്ണമാവുന്നത് മറ്റൊരു പ്രാവിന്റെ ശരീരമോ അല്ലെങ്കിൽ സ്വന്തം പ്രതിച്ഛായയോ തിരിച്ചറിയാൻ തുടങ്ങുമ്പോൾ മാത്രമാണ് എന്നതാണത്. ചിലതരം വെട്ടുകിളികളുടെ കാര്യത്തിലും പ്രതിച്ഛായകളുടെ സാന്നിദ്ധ്യം വളർച്ചയെ സഹായിക്കുന്ന ഘടകമായി മാറുന്ന സന്ദർഭങ്ങളുണ്ട്.

മനുഷ്യശിശുവിന്റെ സഹജമായ പരിമിതികൾ കുറെക്കൂടി സങ്കീർണ്ണമായ വിശകലനങ്ങൾക്കു വഴിയൊരുക്കുന്നു എന്നുമാത്രം. മറ്റപല ജീവികളും ജനിച്ച മണിക്കൂറുകൾ കഴിയുമ്പോൾ തന്നെ നില്ക്കാനും നടക്കാനുമെല്ലാം തുടങ്ങുമല്ലോ. എന്നാൽ മനുഷ്യൻ പലതും പഠിച്ചെടുക്കേണ്ടതുണ്ട്. തന്റെ ശരീരത്തെ ഒരു ഓർഗാനിക് പൂർണ്ണതയായി മനുഷ്യശിശു അനുഭവിക്കുന്നേയില്ല. അതുകൊണ്ടു തന്നെ

കണ്ണാടിയിലെ പ്രതിരൂപം നല്കുന്ന ആനന്ദം നീണ്ടു നില്ക്കു ന്ന ഒന്നായി മാറുന്നു. തന്റെ പ്രതിച്ഛായ ശ്രദ്ധിക്കുകയും അതുമായി കളിയിലേർപ്പെടുകയും ചെയ്യുന്ന ചിമ്പാൻസി കളുണ്ട്. എന്നാൽ അവയുടെ കൗതുകം പെട്ടെന്നു നശി ക്കുകയും ഉപയോഗശൂന്യമെന്ന് കണ്ട് നിഴലുകളിൽ നിന്ന് പിൻവാങ്ങുകയും ചെയ്യും. വിഭിന്നമാണ് നമ്മൾ മനുഷ്യ രുടെ കാര്യം. മരണം വരെ കൊണ്ടുനടക്കും നമ്മളത്. ഈഗോ കൂടപ്പിറപ്പല്ല. രൂപപ്പെടുന്നതാണ് എന്ന് അനാ ലിസ്റ്റുകൾ.

പ്രതിരൂപത്തിന് വ്യക്തിയേക്കാൾ പ്രാധാന്യം കൈ വരുന്ന സന്ദർഭങ്ങളും ജീവിതത്തിൽ സ്വാഭാവികമാണ ല്ലോ. തിരിച്ചറിയൽ രേഖകൾ പരിശോധിക്കുന്ന ആൾ കാർഡിലെ ഫോട്ടോയിലും തുടർന്ന് നിങ്ങളെയും സൂക്ഷി ച്ച് നോക്കുന്നത് ശ്രദ്ധിച്ചിരിക്കുമല്ലോ. ഫോട്ടോഗ്രാഫിലെ രൂപം തന്നെയാണ് നിങ്ങളുടേത് എന്ന് ഉറപ്പുവരുത്തുക യാണ് (നേരെ മറിച്ചല്ല). തൊട്ടടുത്ത നിമിഷം നിങ്ങളുടെ മനസ്സിലൂടെയും ഒരു സന്ദേഹം മിന്നിമറിയും. അതുപോ ലെ തന്നെയല്ലേ ഞാൻ. പ്രതിരൂപം ഒരു ചെറിയ മേൽ ക്കൈ നേടുന്ന നിമിഷങ്ങളാണവ. ജീവിതത്തിന്റെ അവ സാനഘട്ടങ്ങളിൽ കഴിഞ്ഞകാലം കുറെചിത്രങ്ങളായി കൺമുന്നിലൂടെ മിന്നിമറയും എന്നൊരു വിശ്വാസമുണ്ട ല്ലോ. മാർക്വേസിന്റെ 'ഏകാന്തതയുടെ നൂറ് വർഷങ്ങൾ' വായിച്ചവരോർക്കുന്നുണ്ടാവും ആ നോവലിന്റെ പ്രസിദ്ധ മായ ആദ്യ വാചകം. 'ഒരുപാടു വർഷങ്ങൾക്കൊടുവിൽ ഒരു ഫയറിംഗ് സ്ക്വാഡിനുമുന്നിൽ മരണം കാത്തിരിക്കു മ്പോൾ കേണൽ ഒർലിയാനോ ബുവന്തിയയുടെ മനസ്സി ലെത്തുക പിതാവിന്റെ കൂടെ ഐസ് കാണാൻ പോയ

ഈ അപരാഹ്നമായിരിക്കും' ജീവിതമെന്നത് കുറേ ഓർമ്മച്ചിത്രങ്ങൾ മാത്രമല്ലേ.

മിറർ സ്റ്റേജിനെക്കുറിച്ചെഴുതുമ്പോൾ അതൊരു താദാത്മ്യം (identification) ആണെന്നു ലകാൻ എടുത്തു പറയുന്നുണ്ട്. അനാലിസിസ് ഉപയോഗിക്കുന്ന എല്ലാ അർത്ഥവ്യാപ്തിയോടെയുമാണ് ആ പദമുപയോഗിക്കുന്നത് എന്ന് അടിവരയിടുകയും ചെയ്യുന്നു. ഫ്രായിഡിയൻ മനോവിശകലനത്തിൽ അതീവപ്രധാന്യമുള്ള ആശയമാണ് ഐഡന്റിഫിക്കേഷൻ. എന്നാൽ ലകാനിയൻ വിശകലനത്തിൽ ഇതിന് വ്യത്യസ്തമായ ചില അർത്ഥമാനങ്ങൾ കൂടിയുണ്ട്. തന്റെ ആദ്യ സെമിനാറിൽ പ്രകടമായി പറയുന്നില്ലെങ്കിലും പിന്നീടുള്ള പഠനങ്ങൾക്കൊടുവിൽ സുപ്രധാനമായ ചില നിരീക്ഷണങ്ങൾ കൂടി ലകാൻ മുന്നോട്ടുവെക്കുന്നു. രണ്ടു തലത്തിലുള്ള ഐഡന്റിഫിക്കേഷനുണ്ട് ഒന്ന് പ്രതിരൂപതലത്തിലുള്ളത് (ഇമേജിനറി) രണ്ട് പ്രതീകതലത്തിലുള്ളത് (സിംബോളിക്) (ലകാന്റെ ഈ വിഭജനത്തിലേക്കു നമുക്കു പിന്നീട് വരാം.)

ആദർശവത്കരിക്കപ്പെട്ട ഒരു സ്വത്വമായിട്ടാണ് (ideal I) ഈയൊരു ഘട്ടത്തിലെ പ്രതിച്ഛായയെ ലകാൻ കാണുന്നത്. സ്വന്തം ശരീരത്തിന്റെ പരിമിതികൾ, മൂർത്തമായ ഒരു രൂപത്തിലേക്ക് സ്വത്വത്തെ ആരോപിക്കാനുള്ള അമിതാവേശമായി മാറുന്ന രൂപഭദ്രമല്ലാത്തതോ ശിഥിലമോ ആയ (corps morcele) ഒന്നിൽ നിന്നും കണിശതയാർന്ന ഒന്നിലേക്കുള്ള മാറ്റമാണിത്. ഈ മാറ്റം രണ്ടു തലത്തിൽ ഫലപ്രദമാകുന്നു ഒന്നാമത്തേത് തൃഷ്ണകളുടെയും കാമനകളുടെയും തലത്തിലുള്ളതാണ്. സൈകിക്ക്

ഊർജ്ജവുമായി ബന്ധപ്പെട്ടത്. രണ്ടാമത്തേത് ഒരു തിരിച്ചറിയലിന്റെ തലമാണ്, തികച്ചും 'ഓൺടോളജിക്കലാ'യത്. 'എനിക്കൊരു ഞാനുണ്ട്' എന്ന ബോധ്യത്തിലേക്കു നയിക്കുന്നത്. ഈ താദാത്മ്യത്തിന് കല്പിതമായ ഒരു ദിശയുണ്ട്. ഒരു തീവ്രസ്വഭാവവുമുണ്ട്. ഈ തീവ്രതയുടെ ഒരു നിഴലാട്ടം ജീവിതാന്ത്യം വരെ നമ്മളിൽ അവശേഷിക്കുന്നതു കാണാം. അകലുമ്പോഴും വെറുക്കുമ്പോഴും മാത്രമല്ല പ്രണയിക്കുമ്പോൾ പോലും ഒരു തീവ്രസ്വഭാവവും ഒരു തരം ആക്രമണോത്സുകതയും പ്രകടമാകുന്നതിനു കാരണമിതാണ്. പ്രതിരൂപവുമായുള്ള താദാത്മ്യം ഒരു അന്യവത്കരണത്തിലേക്കു നയിക്കുന്നു എന്നത് എടുത്തു പറയേണ്ട വസ്തുതയാണ്. ലകാനിയൻ വീക്ഷണത്തിൽ വളർച്ചയുടെ ഘട്ടത്തിലെ ഒരനിവാര്യതയാണിത്. പ്രതിരൂപവുമായുള്ള ഒരിണക്കപ്പിണക്കബന്ധം അവസാന നാളുകൾ വരെ നീണ്ടു നില്ക്കുന്ന ഒന്നാണ്. ഇത്തിരിയധികം സമയം ഒരു കണ്ണാടിയിൽ വെറുതെ നോക്കിനിന്നാൽ മാത്രം മതി സൈക്കോ അനാലിസിസിൽ 'നാർസിസം' എന്ന പദം എത്ര അർത്ഥവ്യാപ്തിയോടെയാണ് ഉപയോഗിക്കുന്നത് എന്നു തിരിച്ചറിയാൻ. വാക്കുകൾക്കു വിശദീകരിക്കാനാവാത്ത ഒരസ്വസ്ഥത ഒരപരിചിതത്തം അപ്പോൾ ഉള്ളിൽ നിറയുന്നതു കാണാം. 'നമ്മൾ ജീവിക്കുന്നത് മറ്റുള്ളവരുടെ സ്വപ്നങ്ങളിലാണോ', ബെൻ ഓക്രി എഴുതിയതുപോലെ അല്ലെങ്കിൽ കുഞ്ഞുണ്ണി മാഷ് ചോദിച്ചതു പോലെ 'ആരുടെ തോന്നലാണു ഞാൻ'.

വചനവും രൂപവും

മിറർ സ്റ്റേജിലെ താദാത്മ്യമായിരുന്നല്ലോ കഴിഞ്ഞ അദ്ധ്യായത്തിലെ പ്രധാനചർച്ചാവിഷയം. ഈ താദാത്മ്യം വൈകാരികമോ വൈചാരികമോ മാത്രമല്ല ഒരു നിർമ്മിതികൂടിയാണ്. 'അതൊരു ചട്ടക്കൂടാണ്. ഈഗോ രൂപം കൊള്ളുന്ന ചട്ടക്കൂട്;' ലകാന്റെ തന്നെ വാക്കുകളാണിവ. ഈ നിർമ്മിതിയുടെ മറ്റൊരു ഘട്ടം തുടങ്ങുന്നത് ഭാഷയിലാണ്. മിറർ സ്റ്റേജിന്റെ കാലയളവിൽ തന്നെ കുഞ്ഞുങ്ങൾ ചില വാക്കുകൾ പഠിക്കാനും ഉച്ചരിക്കാനും തുടങ്ങുന്നു. എന്നാൽ ഇങ്ങനെ സ്വായത്തമാക്കുന്ന ഭാഷയുടെ ആദ്യാക്ഷരങ്ങൾ അവരുടെ ആന്തരിക ജീവിതത്തിന്റെ ഭാഗമാകുന്നേയില്ല. പ്രതീകങ്ങളുടെ ലോകത്തിലേക്കുള്ള ആദ്യചുവടുവെപ്പാണെന്നുമാത്രം.

ഭാഷയാണ് നമ്മളെ മനുഷ്യരാക്കുന്നത്. അതുകൊണ്ടു തന്നെ മനുഷ്യമനസ്സിന്റെ സങ്കീർണ്ണതകളുടെ പൊരുളന്വേഷിക്കേണ്ടത് ഭാഷയെന്ന ചിഹ്നവ്യവസ്ഥയുടെ ആഴങ്ങളിലാണെന്നു ലകാൻ ഉറച്ചു വിശ്വസിച്ചിരുന്നു.

സംസാരിക്കുന്ന ജീവിയാണു മനുഷ്യൻ (parletre). നമ്മുടെ ചിന്തകളാണ് വാക്കുകളിലൂടെ പുറത്തുവരുന്നത്. ഇതു മറിച്ചായാലും ശരിയാണ്. വാക്കുകളാണ് ചിന്തകളായി രൂപപ്പെടുന്നത്. വാക്കും ചിന്തയുമായുള്ള ഛായ-പ്രതിച്ഛായാ ബന്ധത്തെക്കുറിച്ച് ലകാൻ തീർത്തും ബോധവാനായിരുന്നു. ഭാഷ സ്വായത്തമാക്കുക എന്നു പൊതുവെ പറയാറുണ്ടല്ലോ. എന്നാൽ യഥാർത്ഥത്തിൽ ഭാഷ നമ്മളെ സ്വായത്തമാക്കുകയാണു ചെയ്യുന്നത്. ആധുനിക ന്യൂറോസൈക്കോളജിയുടെ നിരീക്ഷണങ്ങളും ഇവിടെ ഓർക്കാവുന്നതാണ്. മസ്തിഷ്കത്തിലെ ന്യൂറോണുകളുടെ ക്രമവത്കരണവും ഭാഷയുടെ ഘടനയും തമ്മിലുള്ള പരസ്പരാശ്രിത ബന്ധം സയിന്റിസ്റ്റുകൾ എടുത്തുകാണിക്കുന്നുണ്ട്. ഈ ആശയങ്ങളിൽ പടിഞ്ഞിരുന്നു വേണം ലകാന്റെ പ്രസിദ്ധമായ ആ വാക്കുകൾ ശ്രവിക്കാൻ. 'ഭാഷപോലെ ഘടനാപരമാണ് അബോധമനസ്സ് (The unconscious is structured like a language).'

ഫ്രായിഡിനു ശേഷം ഒരുപാട് അർത്ഥവ്യത്യാസങ്ങൾ വന്ന പദമാണ് അബോധമനസ്സ്. പല തിയറികളും പല വ്യാഖ്യാനങ്ങളും ചേർന്ന് സൃഷ്ടിച്ചത് വളരെ വിചിത്രമായ ഒരു ചിത്രമല്ലേ എന്നു ലകാൻ ഭയപ്പെട്ടിരുന്നു. എപ്പോഴും മൂക്കുപൊത്തി മാറേണ്ട ഒരു കുപ്പത്തൊട്ടിയൊന്നുമല്ല അബോധമനസ്സ്. തൃഷ്ണകളും വാസനാവൈകൃതങ്ങളും മാത്രം കുഴഞ്ഞു ചേർന്ന കളിമണ്ണാണ് മുന്നിലിരിക്കുന്നത് എന്നു നിങ്ങൾ കരുതുന്നുണ്ടോ? എന്ന് അനാലിസ്റ്റുകളോട് ലകാൻ ചോദിക്കുന്നുണ്ട്. സൈക്കോഅനാലിസിസിലെ അബോധമനസ്സ് തികച്ചും വിഭിന്നമായ ഒന്നാണ് എന്ന വിശ്വാസമാണ് ഫ്രായിഡിലേക്കു മടങ്ങുക (return to Freud) എന്ന ലകാനിയൻ വാക്യത്തിൽ നിഴലിച്ചു കാണുന്നത്.

ഒരിക്കൽ ഒരഭിമുഖസംഭാഷണത്തിൽ ലകാൻ നേരിട്ട ഒരു ചോദ്യം ഇങ്ങനെയായിരുന്നു. അതുവരെ കണ്ടെത്തിയിട്ടില്ലാത്ത ഒരു ഭൂപ്രദേശമെന്ന പോലെ മനുഷ്യമനസ്സിൽ അബോധമെന്നോ മറ്റെന്തെങ്കിലും പേരിലോ വിളിക്കാവുന്ന ഒരിടം കണ്ടെത്തുകയായിരുന്നില്ലേ ഫ്രായിഡ് ചെയ്തത്. അതുകൊണ്ടു തന്നെ അദ്ദേഹം ഒരു ക്രിസ്റ്റഫർ കൊളംബസല്ലേ. ലകാന്റെ മറുപടി ഇതായിരുന്നു. ബോധപൂർവ്വമായ ചിന്തകൾക്കു ചെന്നെത്താൻ കഴിയാത്ത ചില മേഖലകൾ മനുഷ്യന്റെ അന്തരംഗത്തിലുണ്ട് എന്നു മനസ്സിലാക്കാൻ ഒരു ഫ്രായിഡിനെ കാത്തിരിക്കേണ്ടതില്ലല്ലോ. ഇനി ഒരു താരതമ്യം ആവശ്യമാണെന്നു തന്നെ വെക്കുക എന്നാലും ഫ്രായിഡൊരു കൊളംബസല്ല ഒരു ഷാംപൊലിയോനാണ് (Jean Fracois Chanpollion ഒരു ഫ്രഞ്ചു ഫിലോളജിസ്റ്റായിരുന്നു. പ്രാചീന ഈജിപ്ഷ്യൻ ലിഖിതങ്ങൾ ലോകത്തിനു വായിച്ചു കൊടുത്ത ആൾ). അടിച്ചമർത്തപ്പെട്ട ചോദനകളിലും തൃഷ്ണകളിലുമല്ല ഒരു അനാലിസ്റ്റിന്റെ പ്രഥമശ്രദ്ധ ചെന്നെത്തുന്നത്. ആത്മത്തിൽ സൃഷ്ടിക്കപ്പെടുന്ന വിചിത്രതയുടെ പ്രകടമാകൽ വാങ്മയരൂപങ്ങളിലാണ്. അനാലിസെന്റ് (പേഷ്യന്റ് എന്ന പദം ലകാൻ ഇഷ്ടപ്പെട്ടിരുന്നില്ല) കാണിക്കുന്ന ലക്ഷണങ്ങൾ അബോധമനസ്സിന്റെ ഭാഷണങ്ങളാണ്. അവ യുക്തിഭദ്രമല്ല എന്നു തോന്നുന്നത് ആ നറേറ്റീവിൽ നിന്നും ചില ഭാഗങ്ങൾ മാത്രം ഒറ്റതിരിച്ചു കാണുന്നതു കൊണ്ടാണ്. ഈജിപ്ഷ്യൻ ചിത്രലിപിസമ്പ്രദായത്തിലുള്ള ഒരു

ലിഖിതത്തിൽ നിന്നും ഒരു കഴുകന്റെ ചിത്രം മാത്രം മാറ്റി യെടുത്ത് മനസ്സിലാക്കാൻ ശ്രമിക്കുന്ന പോലെയാണത്. കഴുകൻ അർത്ഥപൂർണ്ണമാകുന്നത് ഒരു സന്ദർഭത്തിന്റെ പൂർണ്ണതയിലാണ്. ഒർഹാൻ പാമുക്കിന്റെ 'ചുവപ്പാണെ ന്റെ പേര്'എന്ന നോവൽ വായിച്ചവർ ഓർക്കുന്നുണ്ടാവും. ഒരു മരത്തിന്റെ ആത്മഗതമാണ് നോവലിലെ ഒരു ഭാഗം. ആ ഭാഷണം അവസാനിക്കുന്നത് ഒരു പരിവേദനത്തി ലാണ്. 'എനിക്കൊരു മരമാവേണ്ട അതിന്റ അർത്ഥമാ യാൽ മതി' ആ പെയിന്റിംഗിനെ അർത്ഥപൂർണ്ണമാക്കുന്ന ത് ഈ ആത്മഭാഷണമാണ് എന്നു പറയേണ്ടതില്ലല്ലോ.

അസ്വസ്ഥമായ ആത്മാവിന്റെ നൊമ്പരങ്ങൾ കുഴിവെ ട്ടിമൂടിക്കഴിഞ്ഞിരിക്കുന്നു. അവയുക്കല്ല ഒരു അനാലിസ്റ്റ് പ്രഥ മപരിഗണന നല്കുന്നത്. മുന്നിലിരിക്കുന്ന ആളിൽ പ്രകട മാകുന്ന ലക്ഷണങ്ങളിലും സൂചനകളിലുമാണ്. അവ ചില പ്പോൾ സംസാരിക്കുമ്പോഴുള്ള നാക്കുപിഴയാവാം അസാ ധാരണമായ പെരുമാറ്റമാവാം അകാരണമായ ഭീതിയാ വാം ചിലപ്പോഴൊക്കെ ശാരീരികമായ വിഷമതകളുമാ വാം. അതെല്ലാം കൃത്യമായി വായിച്ചെടുക്കിന്നിടത്താണ് യഥാർത്ഥമായ അനാലിസിസ് തുടങ്ങുന്നത്. അജ്ഞാ തതീരങ്ങളും കാണാക്കയങ്ങളും തേടുന്ന പര്യവേക്ഷക നൊന്നുമല്ല ഒരു അനാലിസ്റ്റ്, ഗൂഢലിപികളിലെ വ്യാക രണസൂത്രം ചികഞ്ഞെടുക്കുന്ന ലിംഗ്വിസ്റ്റാണ്. ഈ ലക്ഷ ണങ്ങളും വാക്ക്രൂപവുമെല്ലാം പ്രകടമായാണ് ആരുടെ മുന്നിലും വെളിവാകുന്നത്. ഒരാൾക്കതു വായിച്ചെടുക്കാൻ കഴിയുന്നില്ലെങ്കിൽ അയാൾക്ക് ഡീകോഡിംഗ് കീ അറി യില്ല എന്നു മാത്രമേയുള്ളൂ. ('കപടലോകത്തിലെന്നുടെ

കാപട്യം/ സകലരും കാണ്മതാണെൻ പരാജയം' എന്നു കുഞ്ഞുണ്ണി മാഷ്).

ലോകം കണ്ട എക്കാലത്തെയും വലിയ ഭാഷാശാസ്ത്രജ്ഞരിലൊരാളായ സൊസ്സൂറിന്റെ (Ferdinand de Saussure) കടുത്ത ആരാധകരിലൊരാളായി ലകാൻ മാറിയത് ഒരു യാദൃശ്ചികതയായിരുന്നില്ല എന്നു വ്യക്തം. സൊസ്സൂറിയൻ വീക്ഷണത്തിൽ ഭാഷയുടെ അടിസ്ഥാന ഘടകം ചിഹ്നങ്ങളാണ് (signs). ഒരു വാക്കും അതിന്റെ അർത്ഥവും ചേരുമ്പോഴാണ് ഒരു ചിഹ്നം രൂപപ്പെടുന്നത് എന്നു സാമാന്യമായി പറയാം. എന്നാൽ കുറേക്കൂടി കണിശതയാർന്ന ഒരു നിർവ്വചനമാണ് സൊസ്സൂർ ഉപയോഗിക്കുന്നത്. ഒരു സൂചകവും (signifier) സൂചിതവും (signified) ചേർന്നതാണ് ഒരു ചിഹ്നം. അത് ഒരു പേരും ഒരു വസ്തുവുമായുള്ള ബന്ധമല്ല ഒരു പ്രതീകവും ഒരു ആശയവുമായുള്ള ബന്ധമാണ്. മേശ എന്ന പ്രതീകം (അത് ഉച്ചരിക്കപ്പെടുന്ന വാക്കാവാം കാണുന്ന ചിത്രമാവാം) മനസ്സിൽ കൊണ്ടുവരുന്ന ഒരു ആശയമുണ്ട്. ആ ആശയമാണ് സൂചിതം. അത് യഥാർത്ഥത്തിൽ മനോതലത്തിൽ നടക്കുന്ന ഒരു പ്രക്രിയയുടെ ഫലമാണ്. കേൾക്കുന്ന ആളുടെ മനസ്സിലെ ചിത്രമാണ് സൂചിതമായി മാറുന്നത്. അല്ലെങ്കിൽ പലചിത്രങ്ങളിൽ ഒന്ന് തിരഞ്ഞെടുക്കപ്പെടുമ്പോൾ മാത്രമാണ് അതു സംഭവിക്കുന്നത്. അതിന് ഒരു മേശ രൂപമാർന്ന് മുന്നിൽ വേണമെന്നില്ല. ഒരു ആശയമായി മനസ്സിലുണ്ടായാൽ മതി. ഒരു വാക്കിനു മുകളിലും പൊളിച്ചു മാറ്റാനാവാത്ത ഒരു സ്റ്റിക്കറും ഒട്ടിച്ചു വെച്ചിട്ടില്ല. വ്യാകരണം പഠിപ്പിക്കാനായി ടീച്ചർ പറഞ്ഞു തരുന്ന The cat is on the table എന്ന വാക്യത്തിലെ മേശയല്ലല്ലോ

'The evening is spread out against the sky/ like a patient eatherized upon a table' എന്ന ടി എസ് എലിയറ്റിന്റെ മഹത്തായ വരികളിലെ മേശ.

ഉച്ചരിക്കപ്പെടുന്ന വാക്കുകൾ അന്തരംഗത്തിലേക്കുള്ള കവാടങ്ങളാണ് എന്നത് സൈക്കോ അനാലിസിസിന്റെ അടിസ്ഥാന ധാരണകളിലൊന്നാണ്. തന്റെ മുന്നിലിരുന്ന് ഉള്ളുതുറക്കുന്ന രോഗിയുടെ വാക്കുകളിൽ നിന്ന് അർത്ഥവും ആശയലക്ഷ്യങ്ങളും കുതറിമാറിപ്പോകുന്നത് ലകാന്റെ ശ്രദ്ധയിൽപ്പെട്ടിരുന്നു. അത്തരക്കാരിൽ മനസ്സിന്റെ ആഴങ്ങളിലേക്കു പോകുംതോറും സൂചകവും സൂചിതവുമായുള്ള ബന്ധം ശിഥിലമാവുകയും പകരം സൂചകങ്ങൾക്കിടയിൽ ആശ്വാസ്യമല്ലാത്ത ചില ബന്ധങ്ങൾ കനം വെക്കാൻ തുടങ്ങുകയും ചെയ്തിരുന്നു. ഈ വിചിത്രത വിശദീകരിക്കാനായി ലകാൻ സൊസ്സൂറിന്റെ ഒരു ചിഹ്നവിന്യാസം ഇത്തിരി മാറ്റത്തോടെ ഉപയോഗിക്കുന്നുണ്ട്. സൂചകത്തെ കാണിക്കാനായി ഒരു ക്യാപിറ്റൽ 'എസ്'ഒരു ബാറിനു മുകളിലും സൂചിതത്തെ കാണിക്കാനായി ചരിച്ചെഴുതിയ ഒരു ലോവർ കേസ് 'എസ്' താഴെയും വരുന്ന രൂപം (ഭിന്നസംഖ്യകൾ എഴുതുന്ന പോലെ) S/s. സൂചകങ്ങൾക്കു കീഴിൽ ഞെരിഞ്ഞു വഴുതിപ്പോകുന്ന സൂചിതങ്ങളെക്കുറിച്ചു പറയാൻ ഈ അർദ്ധ-ബീജഗണിത സംജ്ഞ പര്യാപ്തമായിരുന്നു. സൂചകത്തിന്റെയും സൂചിതത്തിന്റെയും ഇടയ്ക്കുള്ള ബാർ അർത്ഥങ്ങളിലേക്കു തെന്നിപ്പോകാതിരിക്കാനുള്ളതാണ്. ഒരു വാക്കിനും കൂടെപ്പിറന്ന അർത്ഥമൊന്നുമില്ല. ഒരു സൂചക/സൂചിത ദ്വന്ദ്വം അർത്ഥപൂർണ്ണമാകുന്നത് ഈ ബാറിനെ ബോധപൂർവ്വം മുറിച്ചുകടക്കുമ്പോഴാണ്. അതൊരു കടമ്പയാകുന്നതും ഈ മുറിച്ചു കടക്കൽ

ആവർത്തിച്ച പരാജയപ്പെടുന്നതും ചെറിയ കാര്യമൊന്നു മല്ല സൈക്കോസിസിന്റെ ലക്ഷണമാണ്.

ഭാഷയുടെ അടിസ്ഥാന യൂണിറ്റുകളായി പ്രവർത്തിക്കു ന്നു എന്നുമാത്രമല്ല മനുഷ്യമനസ്സിന്റെ ആന്തരികഘടന നിർണ്ണയിക്കുന്നതും ഈ ചിഹ്നങ്ങളാണ്. അതു ബോധ മനസ്സായാലും ശരി അബോധമനസ്സായാലും ശരി. ഒരു കൊച്ചു കുഞ്ഞിന് പരിമിതമായ ബോധമണ്ഡലമേയുള്ളു. അബോധമനസ്സ് രൂപപ്പെട്ടു തുടങ്ങിയിട്ടുമില്ല. ആഗ്രഹ ങ്ങളുടെയും ശാരീരികാവശ്യങ്ങളുടെയും ആകെത്തുക മാ ത്രമാണ് ഒരു മനുഷ്യശിശു എന്നൊന്നും ലകാൻ വിശ്വ സിച്ചിരുന്നില്ല. ചെറിയ അളവിലാണെങ്കിലും ചിന്തിക്കാ നുള്ള കഴിവ് ഒരു കുഞ്ഞിനുണ്ട്. ജന്മസഹജമാണ് ഈ കഴിവ്; ഇതൊരു തരം പ്രോട്ടോ തിങ്കിംഗ് ആണ്. ഭാഷ സ്വായത്തമാക്കുന്നതിനു മുമ്പുതന്നെ ചില ആശയരൂപീക രണത്തിനും ചില നിഗമനങ്ങൾ ശക്തമാകുന്നതിനും ഈ കഴിവ് സഹായകമാകുന്നു. സ്വസ്ഥത അസ്വസ്ഥത സാ ന്നിദ്ധ്യം അസാന്നിദ്ധ്യം എന്നീ വൈരുദ്ധ്യങ്ങൾ അധികം വൈകാതെ കുഞ്ഞ് തിരിച്ചറിയാൻ തുടങ്ങുന്നു. അമ്മ അടു ത്തുള്ളപ്പോഴും അല്ലാത്തപ്പോഴും അന്തരീക്ഷത്തിനുണ്ടാകു ന്ന മാറ്റം അമ്മ എന്ന് ഉച്ചരിക്കാൻ തുടങ്ങുന്നതിനും മുമ്പു തന്നെ കുഞ്ഞ് മനസ്സിലാക്കിയിരിക്കും. നേർത്ത സൂചക ങ്ങളിൽ നിന്നും മഹത്തായ ഒരു സൂചിതം രൂപപ്പെടുക യാണ്. ഇതുപോലെ രൂപപ്പെടുന്ന സൂചിതങ്ങൾ വേറെ യുമുണ്ട്.അവയിലേക്കു നയിക്കുന്നത് ചില പ്രോട്ടോ സൂച കങ്ങളാണ് എന്നുമാത്രം. പിന്നീട് ഭാഷ സ്വായത്തമാകു ന്നതോടെ സാമൂഹികമാനങ്ങളുള്ള സൂചകങ്ങൾ കൂടി ഈ സൂചിതങ്ങളുടെ മറുപാതിയായി മാറുന്നു.

ഭാഷയിലൂടെ ചിന്തകൾ രൂപം കൊള്ളാൻ തുടങ്ങുമ്പോൾ അബോധമനസ്സിന്റെ സാധ്യതയും തെളിയാൻ തുടങ്ങുന്നു. ചില സവിശേഷ സന്ദർഭങ്ങളിൽ സഹനീയമല്ലാത്ത ചില ചിന്തകൾ കുഞ്ഞു മനസ്സിൽ മുളപൊട്ടാനിടയാകുന്നു. ഇത്തരം ചിന്തകളിലേക്കു നയിക്കുന്ന സൂചകങ്ങളെ മനസ്സൊരു മൂലയിലേക്കു മാറ്റി നിർത്തും. ലകാനിയൻ അബോധമനസ്സിൽ സൂചകങ്ങളേയുള്ളൂ; സൂചിതങ്ങളില്ല. ഒരു സൂചിതവുമായി ബന്ധപ്പെടുമ്പോൾ ആ സൂചകത്തിന് ഒരു വൈകാരിക ഭാരം ലഭിക്കുകയും അവ തറഞ്ഞു പോവുകയും ചെയ്യും. ആ സൂചകം ബോധത്തിലേക്കു തിരിച്ചു വരുന്നത് അത്ര എളുപ്പമല്ല. അതൊരു വാക്കാണെങ്കിൽ ആ വാക്ക് ബോധപൂർവ്വം ഉച്ചരിക്കാൻ പോലും പിന്നീട് കഴിഞ്ഞില്ലെന്നു വരും. എന്നാൽ അങ്ങനെ സംഭവിക്കുന്നില്ല എന്നതാണ് യാഥാർത്ഥ്യം. സൂചിതവുമായി ബന്ധമില്ലാതെ തന്നെ സൂചകങ്ങൾ പരസ്പരം കോർത്തിണങ്ങി ഒരു ശൃംഖല സൃഷ്ടിക്കുന്നതും സാധാരണമാണ്. സൂചകങ്ങളുടെ ഒരു സമുച്ചയമാണ് യഥാർത്ഥത്തിൽ അബോധത്തിലേക്കു ആഴ്ന്നിറങ്ങിപ്പോകുന്നത്. അതുകൊണ്ടു തന്നെ ചില സൂചകങ്ങളെ പുതിയ ചിലയവയോട് കണ്ണിചേർന്നു കൊണ്ടാണെങ്കിലും ബോധത്തിലേക്കു തിരിച്ചു കൊണ്ടുവരാൻ കഴിയും. അപൂർവ്വമായേ സൂചകങ്ങൾ പൂർണ്ണമായി നഷ്ടപ്പെടുകയുള്ളൂ. ഈ നഷ്ടപ്പെടൽ റിപ്രഷനല്ല ഫോർക്ലോഷറാണ്.

സൂചകങ്ങളുടെ ശൃംഖലയുടെ മറ്റൊരു സവിശേഷത അതിലൊരു അവസാന കണ്ണി ഉണ്ടാവണമെന്നില്ല എന്നതാണ്. പുതിയ കണ്ണികൾ വിളക്കിച്ചേർത്ത് അത് നീളംവെച്ചു കൊണ്ടേയിരിക്കും. ഈ ശൃംഖലയിലെ ഓരോ

സൂചകവും സാർത്ഥകമാകുന്നത് അടുത്ത സൂചകത്തിന്റെ സാന്നിദ്ധ്യത്തിൽ മാത്രമാണ്. മറ്റൊരു വിധത്തിൽ പറഞ്ഞാൽ ഒരു ശൃംഖലയിലെ സ്ഥാനമാണ് പരമപ്രധാനം. കൗമാരപ്രായത്തിലെത്തിയ ഒരു കുട്ടി എനിക്കൊന്നു 'സ്ലിം' ആവണമെന്നു പറയുമ്പോൾ സൂചകങ്ങളുടെ കണ്ണിയിലെ ഒരറ്റം മാത്രമാണ് ആ പദം എന്നോർക്കുക. കൊച്ചുകുട്ടിയായിരുന്നപ്പോൾ ഓടിച്ചാടി നടന്നത് ,അന്നത്തെ ചുറുചുറുക്ക്, കിട്ടിയിരുന്ന പരിഗണനന, ഉണ്ടായിരുന്ന സ്വാതന്ത്ര്യം, ആ വാക്കിനു പിന്നിലെ സൂചകങ്ങളുടെ കണ്ണികൾ ഉപബോധത്തിലേക്കു നീണ്ടങ്ങനെ കിടക്കുകയാണ്. അസഹനീയമായ അനുഭവങ്ങളിലേക്കു നയിക്കുന്ന സൂചകങ്ങൾ അടിച്ചമർത്തപ്പെട്ടുമെങ്കിലും ആ അനുഭവം മനസ്സിൽ തന്നെ തങ്ങി നിന്നേക്കാം. ഇങ്ങനെ അനാഥമാക്കപ്പെടുന്ന ചിന്തകളും അനുഭവങ്ങളും പുതിയ സൂചകങ്ങളെ അന്വേഷിക്കും. ഈ സൂചകങ്ങൾ കണ്ണിചേർന്ന് പുതിയൊരു ആവിഷ്കാരമാകാനിടയുണ്ട്. ചിലന്തിയും ഓന്തും അപരിചിതന്റെ കണ്ണുകളും കുട്ടിയിൽ ഭയമെന്ന വികാരം തിരിച്ചുകൊണ്ടു വരുന്നത് അങ്ങനെയാണ്.

അബോധമനസ്സിന്റെ ഭാഷണരഹസ്യമന്വേഷിച്ച് ലകാൻ ലിംഗ്വിസ്റ്റിക്സിലെത്തിയത് ഫ്രായിഡിന്റെ സ്വാധീനം കൊണ്ടു തന്നെയാണ്. വിശേഷിച്ചും ഫ്രായിഡിന്റെ സ്വപ്നവ്യാഖ്യാനങ്ങളുടെ മനസ്സിരുത്തിയുള്ള വായനയിൽ നിന്ന്. ഏതൊരു സ്വപ്നവും ഉപബോധമനസ്സിന്റെ ചിന്തകളാണ് മാത്രവുമല്ല പൂർത്തീകരിക്കാതെ പോയ ആഗ്രഹങ്ങളുടെ ദൃശ്യാവിഷ്കാരവുമാണ്. ഫ്രോയിഡും ലകാനും മാത്രമല്ല എല്ലാ ചിന്തകരും അംഗീകരിക്കുന്ന രണ്ട് അടിസ്ഥാന വസ്തുതകളാണിവ. സ്വപ്നങ്ങളുടെ മെക്കാനിസം

വിവരിക്കുവാനായി ഫ്രായിഡ് എടുത്തുകാണിക്കുന്ന രണ്ട് ആവിഷ്കാര രീതികളുണ്ട് ഒന്നാമത്തേത് സംക്ഷേപമാണ് (condensation) രണ്ടാമത്തേത് സ്ഥാനഭ്രംശമാണ് (displacement). രണ്ടു വ്യത്യസ്ത വസ്തുക്കളുടെയോ വ്യക്തികളുടെയോ ഗുണങ്ങൾ ചേർന്നു വരുന്ന രൂപങ്ങളോ സന്ദർഭങ്ങളോ സൃഷ്ടിക്കപ്പെടുന്നതാണ് സംക്ഷേപം. ചെന്നായുടെ മുഖവും ബോസ്സിന്റെ കണ്ണുകളുമുള്ള വിചിത്രജീവിയെ സ്വപ്നം കണ്ടാൽ അതു വ്യാഖ്യാനിക്കാൻ നമ്മൾ തന്നെ മതിയാകുമല്ലോ. സ്വപ്നങ്ങൾ പലപ്പോഴും സർറിയൽ ആകുന്നതിനു കാരണം സംക്ഷേപമാണ്. അനവസരത്തിലെന്നോ ഔചിത്യമില്ലായ്മയെന്നോ ബോധമനസ്സ് വിലയിരുത്തുന്ന സന്ദർഭങ്ങൾ സ്ഥാനഭ്രംശത്തിന് ഉദാഹരണമാണ്. എല്ലാവരും സങ്കടപ്പെട്ടിരിക്കുന്നിടത്ത് നിങ്ങൾ മാത്രം സന്തോഷവാനായിരിക്കുന്ന സ്വപ്നം സൂചകങ്ങളുടെ സ്ഥാനഭ്രംശം കാരണമാണ്. സ്വപ്നങ്ങളുടെ ഭ്രമാത്മകതയ്ക്കു കാരണം ഈ സ്ഥാനഭ്രംശമാണ്.

സംക്ഷേപവും സ്ഥാനഭ്രംശവും താൻ സ്വീകരിച്ച ഭാഷാശാസ്ത്രശൈലിയിലേക്കു മാറ്റിയെഴുതുകയായിരുന്നു ലകാൻ ചെയ്തത്. അതോടെ സ്വപ്നങ്ങളിലെ നിഗൂഢതകളെ ഭാഷയുടെ ഘടന മാതൃകയായി സ്വീകരിച്ച് വായിച്ചെടുക്കാനുള്ള സാധ്യതകൾ തെളിയുകയായി. സംക്ഷേപം ഭാവാർത്ഥപരമോ ആലങ്കാരികമോ ആണ് എന്നായിരുന്നു ലകാന്റെ നിഗമനം (metaphorical) ഭാഷയിലാകുമ്പോൾ സൂചകങ്ങൾക്കിടയിലെ സാദൃശ്യമാണ് ആശയത്തിലേക്കു നയിക്കുന്നത്. 'അവളൊരു മാലാഖയാണ്" എന്ന വാചകത്തിലേതു പോലെ. അബോധതലത്തിലാകുമ്പോൾ ഈ സാദൃശ്യം അത്രയെളുപ്പം

കണ്ടെത്താനാവണമെന്നില്ല. സ്ഥാനഭ്രംശം ഒരു മെറ്റോണിമിക് (metonymic) തലത്തിൽ നടക്കുന്നതാണ്. ഒരു മഹായുദ്ധത്തിന്റെ കെടുതികൾ മുഴുവനും ഒരു കുതിരയുടെ അറ്റുപോയ ശിരസ്സ് സൂചിപ്പിക്കുന്ന പോലെ.

ഭാഷയാണ് അബോധമനസ്സ്. അസാധാരണമായ ഘടനയാർന്ന ഭാഷ. ഒരു വ്യക്തിയുടെ സ്വത്വബോധത്തിന്റെ ഭാഗം, അത് ആന്തരികമാണോ ബാഹ്യമാണോ എന്നതാണു ചോദ്യം. ഇത്തിരി ഭാഗം ബോധത്തിലും വലിയൊരളവ് അബോധത്തിലുമായി നിൽക്കുന്ന മഞ്ഞു കട്ട പോലെയാണ് മനുഷ്യമനസ്സ് എന്ന ധാരണ മാറിക്കാണുമെന്നു വിശ്വസിക്കുന്നു.

അപരമാണ് സത്യം

ആത്മം അപരമാണ് (I is another) ആർതർ ലിംബാദിന്റെ ഈ വാക്കുകൾ ലകാന് ഏറെ പ്രിയപ്പെട്ടതായിരുന്നു. ലകാനിയൻ തിയറി മുന്നോട്ടുവെക്കുന്ന ഏറ്റവും പ്രബലമായ ചില നിരീക്ഷണങ്ങൾ കാച്ചിക്കുറുക്കിയെടുത്താൽ ഈ വാക്കുകളായിരിക്കും അവശേഷിക്കുക. ഒരു വ്യക്തിയുടെ സ്വത്വം രൂപംകൊള്ളുന്നതെങ്ങനെ എന്ന ചോദ്യത്തിനുള്ള ലകാനിയൻ മറുപടിയാണ് അപരം എന്ന വാക്ക്. അപരവുമായുള്ള നിരന്തര സമ്പർക്കത്തിൻെയും പ്രതിപ്രവർത്തനത്തിന്റെയും ഫലമായി ഉരുത്തിരിയുന്നതാണ് ഒരു വ്യക്തിയുടെ ആത്മസത്ത.

അപരത്വത്തിന്റെ രണ്ടു വ്യത്യസ്ത രൂപങ്ങളെ ലകാൻ വേർതിരിച്ച് അപഗ്രഥിക്കുന്നുണ്ട്. ഒന്ന് ചെറിയ അപരമാണ് (small other) രണ്ടാമത്തേത് വലിയ അപരവും (big other) വലിയ അപരത്തെ സൂചിപ്പിക്കുമ്പോൾ ഇംഗ്ലീഷിലെ Other എന്ന വാക്കിന്റെ ആദ്യാക്ഷരം ഒരു ക്യാപിറ്റൽ 'ഒ' ആയിരിക്കും ചെറിയ അപരത്തിൽ ഒരു ലോവർ

കേസ് 'ഒ' യും. മിറർ സ്റ്റേജിൽ രൂപം കൊള്ളുന്ന ഛായാരൂപമാണ് ചെറിയ അപരം. ആ വാക്കിന്റെ പൂർണ്ണമായ അർത്ഥത്തിൽ ഇതൊരപരമല്ല. ഈഗോയുടെ പ്രതിരൂപമോ തുടർച്ചയോ മാത്രമാണ്.

വലിയ അപരം പ്രതീകതലത്തിലുള്ളതാണ്. ഒരു താദാത്മ്യം സാധ്യമല്ലാത്തതും സ്വന്തമാണ് എന്ന തോന്നൽ ഒരിക്കലും നല്കാത്തതും എന്നു സാമാന്യമായി പറയാം. ഭാഷയും സാമൂഹികക്രമവും ചിട്ടവട്ടങ്ങളുമെല്ലാം ചേർന്ന് സൃഷ്ടിച്ചെടുക്കുന്നതാണിത്. ഒരു കുഞ്ഞ് പിറന്നു വീഴുന്നത് ഒരു കുടുംബത്തിന്റെ സ്വപ്നങ്ങളിലേക്കും പ്രതീക്ഷകളിലേക്കുമാണല്ലോ. കൂടാതെ ആചാരങ്ങളും അനുഷ്ഠാനങ്ങളും നിറഞ്ഞു നിൽക്കുന്ന ഒരന്തരീക്ഷത്തിലേക്കുമാണ്. ചുരുക്കത്തിൽ ഒരു ആഖ്യാനത്തിലേക്കാണ് എന്നു പറയാം. അതിനാൽ ഇവയെല്ലാം ചേർന്ന ഒരു ഭാഷാപരിസരമാണ് വലിയ അപരം.

ഒരു അനാലിസ്റ്റിന്റെ മുന്നിലിരുന്നു സംസാരിക്കുന്ന വ്യക്തിയുടെ വാക്കുകൾ പൂർണ്ണമായും ആ ആളിന്റെ നിയന്ത്രണത്തിലാവണമെന്നില്ല. നാവിൻ തുമ്പിൽ നിന്നും വഴുതിപ്പോകുന്ന വസ്തുതകൾ അകാരണമായ മറവികൾ പെട്ടെന്നുണ്ടാകുന്ന ശാരീരികവിഷമതകൾ. എല്ലാം കൂടിയാകുമ്പോൾ മറ്റാരോ സംസാരിക്കുന്ന പോലെ ഒരു തോന്നലുണ്ടാകുമല്ലോ. അബോധമനസ്സിന്റെ ഭാഷണങ്ങളെ ഈഗോ തെറ്റിദ്ധരിക്കുന്നതാണ് ഒരർത്ഥത്തിൽ വലിയ അപരം. എന്നാൽ മറ്റു പലരും കരുതിയതുപോലെ ഉള്ളിൽ മറഞ്ഞിരിക്കുന്ന മറ്റൊരു കഥാപാത്രമോ ഫ്രോയിഡ് നിരീക്ഷിച്ചതുപോലെ അന്തരംഗത്തിന്റെ

സവിശേഷഭാഗമോ അല്ല. അടിച്ചമർത്തപ്പെട്ട സൂചക ങ്ങളാണ് അബോധമനസ്സ് എന്ന് നേരത്തെ കണ്ടതാ ണല്ലോ. എന്നാൽ ഈ സൂചകങ്ങൾക്ക് അന്ത്യവിശ്രമമി ല്ല എന്നതാണ യാഥാർത്ഥ്യം അബോധത്തിന്റെ അക്ഷ രസമ്പത്തായി മറഞ്ഞിരിക്കുകയാണവ. അപരത്തിന്റെ ആട്ടക്കഥയിൽ പുതിയ വേഷങ്ങളാടാനുള്ള കാത്തിരിപ്പെ ന്നോണം.

സൂചകങ്ങളുടെ റിപ്രഷൻ എന്ന ആശയം എളുപ്പ ത്തിൽ തെറ്റിദ്ധരിക്കപ്പെടാവുന്നതാണ് എന്നൊരു മുന്ന റിയിപ്പ് ലകാൻ നല്കുന്നുണ്ട്. റിപ്രഷൻ എന്നു കേൾക്കു മ്പോൾ മനസ്സിലോടിയെത്തുന്ന ചിത്രം ഒരു തുറക്കാത്ത വാതിലിനു പിറകിലേക്ക് എന്തെല്ലാമോ ഭാരം തള്ളി മാ റ്റിവെച്ചതിന്റേതാണല്ലോ. എന്നാൽ സൈക്കോഅനാ ലിസിസിൽ ഇങ്ങനെ റിപ്രസ്സുചെയ്യപ്പെടുന്നത് ഏതെങ്കി ലും വസ്തുവല്ല ഒരു സത്യമാണ്. സത്യത്തെ അമർച്ച ചെ യ്യുക എന്നത് ഒരു നിസ്സാര കാര്യമല്ലല്ലോ. അത്തരമൊ രു ശ്രമത്തിനു മറുപടി നല്കുക ചരിത്രമായിരിക്കും എന്നു ലകാൻ ഓർമ്മിപ്പിക്കുന്നു ആ സത്യം മറ്റൊരിടത്ത് മറ്റൊ രു ഭാവത്തിൽ ഉയിർത്തെണീക്കുക തന്നെ ചെയ്യും. അതു പലപ്പോഴും ഒരു ന്യൂറോട്ടിക്ക് ഭാഷയിലായിരിക്കും എന്നു മാത്രം.

അസാധാരണമായ പ്രതികരണങ്ങളും ഭ്രാന്തമായ കല്പനകളും മാത്രമല്ല നമ്മുടെ തികച്ചും നോർമലായ സംസാരങ്ങളും പെരുമാറ്റരീതികളുമെല്ലാം അപരസാ ന്നിദ്ധ്യം അടയാളപ്പെടുത്തുന്നവയാണ്. ഛായാതലത്തി ലുള്ള ചെറുതും പ്രതീകതലത്തിലുള്ള വലുതും ആയ രണ്ട്

അപരങ്ങളുടെയും ഒരുമിച്ചുള്ള സാക്ഷാത്കാരമാണ് ഒരു വ്യക്തി. മനസ്സിന്റെ ആഴങ്ങളിൽ അന്യവത്കരണത്തിന്റ ഇരുൾ മൂടിക്കിടക്കുന്നുണ്ടാവാമെങ്കിലും ആത്മബോധത്തിന്റെ ഒരു കേന്ദ്രം ഈഗോ തന്നെയാണ്. എന്നാൽ ഈഗോയുടെ പിന്നിൽ മറഞ്ഞിരിക്കുന്ന അബോധമായ പകർന്നാട്ടങ്ങളെ നമ്മൾ പലപ്പോഴും കാണാതെ പോകുന്നു. 'ഞാൻ ഉദ്ദേശിച്ചതു തന്നെയാണ് ഞാൻ പറഞ്ഞത്' എന്ന് എനിക്ക് ഉറപ്പുണ്ടാകാം. എന്നാൽ ഒരനലിസ്റ്റ് അങ്ങനെ കരുതണമെന്നില്ല.

നമ്മുടെ പതിവു വ്യവഹാരഭാഷയിൽ പോലും അബോധമായ ഒരു നിയന്ത്രണമുണ്ട് എന്നതാണു സത്യം. എന്താണു പറയുന്നത് എന്ന് കൃത്യമായ ബോധ്യമുണ്ടാകാം എന്നാൽ എന്തിനാണതു പറയുന്നത് എന്നു നമുക്കു പോലും അറിയണമെന്നില്ല. 'ഒരാഴ്ചത്തെ ടൂറു കഴിഞ്ഞുവന്നപ്പോൾ......'എന്നു തുടങ്ങുന്ന ആൾ എന്താണു പറയുന്നത് എന്ന് അയാൾക്കറിയാം. എന്താണു പറയാതെ പറയുന്നത് എന്ന് അബോധത്തിലേക്കു മുങ്ങിത്താഴ്ന്നുപോയ സൂചകങ്ങളിലായിരിക്കും മറഞ്ഞിരിക്കുന്നത്. ഇനി കേൾക്കുന്ന ആളുടെ പ്രതികരണമോ? അതറിയണമെങ്കിൽ അയാളുടെ ചിരിയുടെ പിന്നിൽ മറഞ്ഞിരിക്കുന്ന സൂചകങ്ങളെക്കുറിച്ചറിയണമല്ലോ. ('പുഞ്ചിരി ഹാ കുലീനമാം കള്ളം/ നെഞ്ചുകീറി ഞാൻ നേരിനെ കാട്ടാം'- വൈലോപ്പിള്ളി).

അതിവിരസമായ ദിനങ്ങളും തികഞ്ഞ അവഗണനയും സഹിച്ചു വന്നയാൾ തന്റെ വിദേശവാസത്തെക്കുറിച്ചു പറയുന്നത് മുഴുവനും ആരും ശ്രദ്ധിക്കാറില്ലല്ലോ.

യാത്രാവിവരണം ഹൃദ്യമായ വായനാനുഭവമായിരിക്കാം എന്നാൽ യാത്രയെക്കുറിച്ചുള്ള വിവരണം അങ്ങനെയാവണമെന്നില്ല. അത് തന്റെ സോഷ്യൽ സ്റ്റാറ്റസിനെക്കുറിച്ചുള്ള പൊങ്ങച്ചം പറച്ചിലാവാം ഈഗോയെ കെട്ടി എഴുന്നള്ളിക്കാനുള്ള ശ്രമമാവാം അല്ലെങ്കിൽ ചില മാസ്റ്റർ സിഗ്നിഫയറുകൾ രചിക്കുന്ന സ്ക്രിപ്റ്റുമാവാം. മനസ്സിനെ മഥിക്കുന്ന ഏതെങ്കിലുമൊരു ദുരനുഭവം മറയ്ക്കാനായി അതിനു നേരെ വിപരീതമായ അനുഭവത്തെ കാണിക്കുന്ന സൂചകങ്ങൾ കടന്നു വരുന്ന സന്ദർഭങ്ങളുണ്ട്. ഒരു വലിയ പരാജയഭാരം ഉള്ളിൽ കൊണ്ടു നടക്കുന്ന ആൾ ആവശ്യത്തിനും അനാവശ്യത്തിനും 'വിജയം' എന്ന വാക്ക് ആവർത്തിച്ച് ഉപയോഗിച്ചേക്കാം. ഇത്തരം സൂചകങ്ങൾ പൂർണ്ണമായും അബോധത്തിലാഴ്ന്ന നില്ക്കുന്നവയാണ് എന്നു പറയാനാവില്ല. ഇവയാണ് മാസ്റ്റർ സിഗ്നിഫയറുകൾ. തികച്ചും സാധാരണമെന്ന് നമ്മൾ കരുതുന്ന സംസാരങ്ങൾക്കിടയിൽ പോലും അപരസാന്നിധ്യം സൂക്ഷ്മവിശകലനത്തിൽ തെളിഞ്ഞുകാണാമെന്ന് വ്യക്തമാക്കുന്നവയാണ് മുകളിൽ വിവരിച്ച ഉദാഹരണങ്ങൾ.

ഭാഷണങ്ങൾ മാത്രമല്ല വിശ്വാസങ്ങളും ധാരണകളും മുൻവിധികളുമെല്ലാം വലിയ അപരത്തിന്റെ ഭാഗം തന്നെയാണ്. വിധിവിലക്കുകളും മൂല്യബോധവും ധാർമ്മികവും നൈതികവുമായ മാനദണ്ഡങ്ങളുമെല്ലാം ചേർന്ന് രൂപപ്പെടുന്നതാണ് ഈ അപരസ്വത്വം. നിലനില്പിന്റെ ഓരോ നിമിഷത്തിനും അർത്ഥം കണ്ടെത്തി പൊലിപ്പിച്ചെടുക്കാനുള്ള സാധ്യതകൂടിയാണത് സൂചകസൂചിതങ്ങൾക്കിടയിലെ ബാറിനെക്കുറിച്ചു മനസ്സിലാക്കിയതാണല്ലോ. ആ

കടമ്പ മുറിച്ചു കടക്കാനുള്ള നിരന്തരശ്രമം നടക്കുന്ന ഇടം കൂടിയാണിത്. മിറർ സ്റ്റേജിലെ അന്യവത്കരണവും ഈ പ്രതീകാത്മകതയും ചേർന്ന് സർഗ്ഗാത്മകതയുടെ ഉറവകൾ തീർക്കുന്നതും ഇവിടെ തന്നെയാണ്. മിറർ സ്റ്റേജിലെ ചെറിയ അപരം യഥാർത്ഥത്തിൽ സ്വത്വമെന്ന ഒരാശയം മാത്രമാണ്, എല്ലാ സൂചകങ്ങളെയും ഒരു അയഥാർത്ഥ രൂപത്തോട് ചേർത്ത് കോലംകെട്ടി നിർത്തുന്നത്. അതുമായുള്ള താദാത്മ്യം തികച്ചും വൈരുദ്ധ്യാത്മകമാണ്. ഒരു സംഘർഷ സാധ്യത നിറഞ്ഞതുമാണ്. ഇത്തരമൊരു സംഘർഷത്തിന്റെ തീവ്രത കുറയ്ക്കുക എന്നൊരു ധർമ്മം കൂടി വലിയ അപരത്തിനുണ്ട്. ഒരു ഫുട്ബോൾ മത്സരത്തിനിടയിൽ രണ്ടു കളിക്കാർ തമ്മിലുള്ള വാക്കുതർക്കവും ഉന്തും തള്ളുമൊക്കെ പതിവാണല്ലോ. തൊട്ടടുത്ത നിമിഷം അവർക്കിടയിലേക്ക് റഫറി വിസിലുമായി ഓടിയെത്തുന്നതു കാണാം. കളിയുടെ നിയമാവലികളും സ്പോർട്സ്മാൻസ്പിരിറ്റുമൊക്കെയാണ് യഥാർത്ഥിൽ ഇവിടെ ഈ ഇടപെടൽ നടത്തുന്നത്. കളിയുടെ മുന്നോട്ടുപോക്കിന് അതാവശ്യമാണുതാനും.

രണ്ടു പേർ തമ്മിലുള്ള ഏതൊരു വിനിമയത്തിനിടയിലും ഒരു മൂന്നാം സാന്നിധ്യമുണ്ട് എന്നു ലകാനിയൻ തിയറി നിരീക്ഷിക്കുന്നു. ഈ വിനിമയം ഒരു ഡയലോഗാകാം മറ്റേതെങ്കിലും അന്തർവിഷയമാകാം അതിന്റെ പൂർണ്ണതയ്ക്ക് ഒരപരം കൂടിയേ കഴിയൂ. ഒരന്യ നാട്ടിൽ ഭാഷയറിയാതെ നട്ടം തിരിയുന്ന നിങ്ങളുടെ അടുത്തേക്ക് 'എന്തുപറ്റി' എന്നു ചോദിച്ചു കൊണ്ട് ഒരാൾ നടന്നു വരുമ്പോഴുള്ള അനുഭവം വാക്കുകൾക്കും അപ്പുറമാണല്ലോ. അവിടെ

ഈ മൂന്നാമൻ മലയാളഭാഷയാണ്. സൈക്കിയുടെ ബീജഗണിതത്തിൽ ഒന്നും ഒന്നും രണ്ടല്ല. ബാല്യകാലസഖിയിലെ മജീദ് പറഞ്ഞതുപോലെ 'ഇമ്മിണി ബല്യ ഒന്നമല്ല'പകരം ഒന്നും ഒന്നും ചേർന്നാൽ മൂന്നാണ്.

അപരങ്ങളെക്കുറിച്ചുള്ള ലകാനിയൻ വീക്ഷണത്തിൽ നിന്നും വ്യക്തമാകുന്ന ഒരു കാര്യം മനുഷ്യമനസ്സിന്റെ പ്രവർത്തനങ്ങൾക്ക് ഒരു കേന്ദ്രമല്ല രണ്ടു കേന്ദ്രങ്ങളുണ്ട് എന്നതാണ്. ഒന്ന് ഛായാതലത്തിലെ ഈഗോ. രണ്ടാമത്തേത് പ്രതീകതലത്തിൽ രൂപം കൊള്ളുന്ന വ്യക്തിസത്ത (സബ്ജക്റ്റ്). ചെറുതും വലുതുമായ അപരങ്ങൾ നിർണ്ണയിക്കുന്നവ. രണ്ടാമത്തേത് അബോധമനസ്സിന്റെ തട്ടകത്തിലാണ് എന്നു മാത്രം. ചെറിയ അപരം ആന്തരികമാണെങ്കിൽ വലിയത് ബാഹ്യമാണ് എന്നു പൊതുവെ പറയാറുണ്ട്. എന്നാൽ അങ്ങനെ കൃത്യമായ ഒരു വിഭജനം ലകാൻ ഇഷ്ടപ്പെട്ടിരുന്നില്ല. അബോധം ഒരു ട്രാൻസ് ഇൻഡിവിജ്വലാണ് എന്നു കരുതാനായിരുന്നു ലകാന് താത്പര്യം. വ്യക്തിസത്തയുടെ ദ്വന്ദ്വ ഭാവത്തെക്കുറിച്ചു പറയുമ്പോൾ ലകാൻ ഓർമ്മിപ്പിക്കുന്ന ഒരു ചരിത്രവസ്തുതയുണ്ട്. ഭൂമിയെ കേന്ദ്ര സ്ഥാനത്തു നിന്നും മാറ്റി പകരം സൂര്യനെ പ്രതിഷ്ഠിച്ച കോപ്പർ നിക്കസിന്റെ മാതൃക മഹത്തായ കണ്ടെത്തൽ തന്നെയായിരുന്നു. എന്നാൽ ആധുനിക ശാസ്ത്രത്തിന്റെ കുതിപ്പിന് ആക്കം കൂട്ടിയത് കെപ്ലറുടെ നിരീക്ഷണമായിരുന്നു. ആകാശഗോളങ്ങളുടെ സഞ്ചാരപഥം വൃത്തമല്ല ദീർഘവൃത്തമാണ് എന്ന കണ്ടെത്തൽ. വൃത്തത്തിന് ഒരു കേന്ദ്രമാണ് ഉള്ളതെങ്കിൽ ഒരു എലിപ്സിന് രണ്ടു കേന്ദ്രങ്ങളുണ്ട് (രണ്ടു ഫോക്കസുകൾ)

എന്നോർക്കുക.

'എൻമനോദർപ്പണമൊക്കെത്തകർന്നുപോ/

യെന്നാലുമിന്നു ഞാൻ ഞാൻ തന്നെയല്ലയോ'

-പി.

ബൊറോമിയൻ വളയങ്ങൾ

ഇനി പറയാനുള്ളത് ലകാന്റെ പ്രസിദ്ധമായ RIS മോഡലിനെക്കുറിച്ചാണ് മനുഷ്യമനസ്സിന്റെ പ്രവർത്തനങ്ങളെ ലകാൻ മൂന്നായി ഭാഗിക്കുന്നുണ്ട്. മൂന്നു റജിസ്റ്ററുകൾ എന്നു ലകാൻ വിളിക്കുന്നവ. റിയൽ, സിംബോളിക്, ഇമേജിനറി എന്നിങ്ങനെ. ഇത്തരമൊരു വിഭജനവും അതോടൊപ്പം ലകാൻ മുന്നോട്ടുവെക്കുന്ന ടോപോഗ്രാഫിക്കൽ മാതൃകയും താരതമ്യേന ലളിതമാണ്. 'യൂസർ ഫ്രന്റ്ലി' എന്നൊക്കെ പറയാവുന്നത്. എന്നാൽ മറ്റു പല ലകാനിയൻ നിരീക്ഷണങ്ങളെയും പോലെ അവയെക്കുറിച്ച് എഴുതുക അത്ര എളുപ്പമല്ല. അതിനുകാരണം ഒരു കാലത്തു മാത്രമായോ ഒരു സെമിനാർപേപ്പറിൽ മാത്രമായോ ലകാന്റെ കണ്ടെത്തലുകൾ ഒതുങ്ങുന്നില്ല എന്നതാണ്. അവ നിരന്തരമായ പുതുക്കി എഴുതലുകൾക്കും മാറ്റങ്ങൾക്കും വിധേയമായിക്കൊണ്ടേയിരുന്നു. ഒരിക്കലും പണിതീരാത്ത ഒരു വീടായിരുന്നു ലകാന് സൈക്കോ അനാലിസിസ്.

മനസ്സിന്റെ ടോപോഗ്രാഫിക്കൽ ഘടനയെക്കുറിച്ചുള്ള ഫ്രായിഡിന്റെ നിരീക്ഷണങ്ങൾ ഏറെ പ്രസിദ്ധമാണല്ലോ. ബോധമനസ്സ് ഉപബോധമനസ്സ് അബോധമനസ്സ് എന്നിങ്ങനെയൊരു വിഭജനമായിരുന്നു ഫ്രോയിഡ് ആദ്യം സ്വീകരിച്ചിരുന്നത് പിന്നീടാണ് സൈക്കോഅനാലിസിസിലെ ക്ലാസിക്ക് മോഡലായി മാറിയ ego id, Superego എന്നതിലെത്തുന്നത്. ഇതിന്റെ പകർപ്പോ അനുകരണമോ അല്ല ലകാന്റെ മോഡൽ. മനുഷ്യമനസ്സിന്റെ പ്രവർത്തനങ്ങളെ വളരെ കൃത്യമായി വരഞ്ഞുമാറ്റുന്ന ഒരു ഭൂപട മാതൃകയുമല്ല. തികച്ചും ആന്തരികമായ ഒരു ചട്ടക്കൂടിനകത്താണ് എല്ലാം നടക്കുന്നത് എന്നൊരു പ്രതീതി ഫ്രായിഡിയൻ മാതൃക നല്കുന്നുണ്ട്. എന്നാൽ മൂർത്തമായ ഒരതിരുസങ്കല്പം ലകാനിയൻ മാതൃകയിലില്ല. ഈ മൂന്നു രജിസ്റ്ററുകളുടെ ഘടനയും അവയുടെ പരസ്പരാശ്രിതത്വവും വിശദീകരിക്കാൻ ലകാൻ എടുത്തു കാണിക്കുന്നത് ബൊറോമിയൻ വളയങ്ങളുടെ ഘടനയാണ്.

ബൊറോമിയൻ വളയങ്ങൾ

ബൊറോമിയൻ വളയങ്ങൾ

ഇറ്റലിയിലെ ബൊറോമിയോ എന്നറിയപ്പെട്ടിരുന്ന ഒരു സമ്പന്നകുടുംബത്തിലെ അംഗങ്ങൾ അവരുടെ കുപ്പായത്തിൽ തുക്കിയിരുന്ന മൂന്നു വളയങ്ങൾ ചേർന്ന ഒരു രൂപമാണ് ബൊറോമിയൻ വളയങ്ങൾ . അവയിൽ നിന്ന് ഒരു വളയം മാത്രമായി വേർപെടുത്തിയെടുക്കാൻ കഴിയില്ല. ആ ഘടന തന്നെ തകർന്നു പോകും. രണ്ടു വളയങ്ങൾ തമ്മിൽ നേരിട്ട് ബന്ധമില്ല. മൂന്നാമത്തേതിന്റെ സാന്നിദ്ധ്യമാണ് അവയെ ചേർത്തു നിർത്തുന്നത്. ഈ മൂന്നു വളയങ്ങൾക്കിടയിലെ സ്പെയ്സാണ് യഥാർത്ഥത്തിൽ മൂന്നു രജിസ്റ്ററുകളെ കാണിക്കുന്നത്. അവയുടെ സംയോജനവും സഹവർത്തിത്വവുമാണ് RIS മാതൃകയുടെ അകക്കാമ്പ്.

ഇമേജിനറി, സിംബോളിക് എന്നീ രജിസ്റ്ററുകളെക്കുറിച്ച് ലകാന്റെ ആദ്യ പേപ്പറിൽ തന്നെയുണ്ട്. എന്നാൽ 1953 ലാണ് ലകാൻ കൃത്യമായ രീതിയിൽ ഈ വർഗ്ഗീകരണം മുന്നോട്ടു വെക്കുന്നത്. അതോടെ ലകാനിയൻ തിയറിയുടെ ആധാര ശിലയായി ഈ നിരീക്ഷണം മാറി. മിറർസ്റ്റേജും

അതിലെ താദാത്മ്യവും അന്യവത്കരണവുമെല്ലാം ചേർന്നതാണ് ഇമേജിനറി രജിസ്റ്റർ. ഇമേജിനറി എന്ന പദത്തിന് അയഥാർത്ഥമായത്, കല്പിതമായത് എന്നൊക്കെയാണല്ലോ സാമാന്യമായ അർത്ഥം. എന്നാൽ പ്രതിരൂപങ്ങളുമായി ബന്ധപ്പെട്ടത് എന്ന അർത്ഥത്തിലാണ് ഇവിടെ ഈ പദമുപയോഗിക്കുന്നത്. എന്നാൽ മുകളിൽ സൂചിപ്പിച്ച അർത്ഥങ്ങളെ അത് പൂർണ്ണമായി നിഷേധിക്കുന്നുമില്ല. ഭാവനയുടെയും കല്പിതരൂപങ്ങളുടെയും ലോകമാണിത്. വല്ലാതെ ആകർഷിക്കുകയും എന്നാൽ പിടിതരാതെ പിടഞ്ഞകന്നുപോവുകയും ചെയ്യുന്ന മായാരൂപങ്ങൾ പിറവിയെടുക്കുന്നതും ഇവിടെയാണ്.

ജീവിതാന്ത്യം വരെ നീണ്ടു നില്ക്കുന്ന ഒരു മാസ്മരിക സ്വാധീനം ഈ രജിസ്റ്ററിനുണ്ട്. സ്വന്തം ശരീരവുമായുള്ള നാർസിസ്റ്റിക് ബന്ധത്തിൽ അടിയുറച്ച് നില്ക്കുന്നതാണ് ഇമേജിനറി എന്ന് നേരത്തെ കണ്ടതാണല്ലോ. അതുകൊണ്ടു തന്നെ വ്യക്തിയുടെ ലൈംഗിക ജീവിതത്തിൽ അതിശക്തമായ സ്വാധീനം ഇമേജിനറിക്കുണ്ട്. അസാധാരണമായ അഭിനിവേശങ്ങളും അതിരുവിടുന്ന തൃഷ്ണകളും പിറവിയെടുക്കുന്നത് ഇവിടെ നിന്നാണ്. സ്വന്തം ശരീരത്തിന്റെ അതിരുകൾ തിരിച്ചറിയാൻ തുടങ്ങുമ്പോൾ, ചുറ്റുമുള്ള അപരങ്ങളിൽ നിന്ന് താനെന്ന സത്യത്തെ വേർതിരിച്ചെടുക്കേണ്ടി വരുമ്പോൾ ഒരു പൂർണ്ണത ആഗ്രഹിക്കുന്നത് സ്വാഭാവികമാണല്ലോ. എന്നാൽ ഒരു കുറവ്, ഒരപൂർണ്ണത, എന്നും അനുഭവപ്പെടും. ആ താദാത്മ്യം ഇത്തിരി ലക്ഷ്യം തെറ്റിയതാണ് എന്ന ബോധം എന്നും ഉള്ളിലുണ്ടാവുകയും ചെയ്യും (a misrecognition). ഇമേജിനറി ഘട്ടത്തിലെ

ആ കുറവ് ജീവിതാന്ത്യം വരെയുള്ളതാണ് എന്നു സാരം. അതുകൊണ്ടാണ് സ്നേഹിച്ച കൊതി തീരാതെ മരിക്കേണ്ടി വരുന്നത്. സ്വയം എത്ര സ്നേഹിച്ചാലും മതിയാകാതെ വരുന്നത്. കെ ജി ശങ്കരപ്പിള്ളയുടെ കവിതയോർക്കുന്നുണ്ടോ. 'ആരെയാണ് കൂടുതലിഷ്ടം എന്നെ തന്നെ/ അതു കഴിഞ്ഞാലോ അതു കഴിയുന്നില്ലല്ലോ.'

സിംബോളിക് എന്ന പദത്തിന്റെ അർത്ഥവും ലകാൻ അർത്ഥമാക്കുന്നതും തമ്മിൽ വലിയ വ്യത്യാസമൊന്നുമില്ല. നിയമവ്യവസ്ഥയെയും നൈതികതയെയും ധാർമ്മികതയെയും കുറിച്ചുള്ള സങ്കല്പങ്ങൾ വിശ്വാസപ്രമാണങ്ങൾ എല്ലാം ചേർന്ന് രൂപപ്പെടുന്ന വലിയ അപരം സിംബോളിക് രജിസ്റ്ററിന്റെ ഭാഗമാണ്. ഇവയൊന്നും പ്രതിരൂപങ്ങളല്ല പ്രതീകങ്ങളാണ്, പ്രതീകങ്ങളെ പ്രതിനിധാനം ചെയ്യുന്ന പ്രതീകങ്ങൾ എന്നും പറയാം. നേരത്തെ മനസ്സിലാക്കിയതുപോലെ ഇവ സൂചകങ്ങളാണ് സൂചിതങ്ങളല്ല. ഭാഷ പൂർണ്ണമായും സിംബോളിക് രജിസ്റ്ററിന്റെ ഭാഗമാണ് എന്നു പറയാനാവില്ല. ഇമേജിനറിയിലേക്ക് കയറി നില്ക്കുന്ന ഒരു തലം കൂടി ഭാഷയ്ക്കുണ്ട്. ബൊറോമിയൻ വളയങ്ങളിൽ ഈ രണ്ടു രജിസ്റ്ററുകൾക്കും പൊതുവായ സ്പേസിലാണ് ഭാഷ വരുന്നത്.

സിംബോളിക് എന്ന പദം ലകാൻ സ്വീകരിച്ചത് സോഷ്യൽ ആന്ത്രോപോളജിയിൽ നിന്നുമാണ്. ആദിമസമൂഹങ്ങളിൽ പോലും കുടുംബബന്ധങ്ങളും ആചാരങ്ങളും ചില സവശേഷരീതികളും നിലനിന്നിരുന്നുവല്ലോ. ഓരോ കുഞ്ഞും പിറന്നു വീഴുന്നത് ഇത്തരം ഒരു സാമൂഹികക്രമത്തിലേക്കാണ്. അതായത് ജീവിതത്തിന്റെ

സമസ്തമേഖലകളെയും സ്വാധീനിക്കുന്ന ഒരു ആഖ്യാന പരിസരത്തിലേക്കാണ്. ഈ വസ്തുതകൾ വികസിപ്പിച്ചെടുത്തുകൊണ്ടാണ് ലകാൻ സിംബോളിക് എന്ന ആശയത്തിന് രൂപം നല്കിയത്. ഇമേജിനറി നൈസർഗ്ഗികതയുടെ മണ്ഡലമാണെങ്കിൽ സിംബോളിക് സംസ്കൃതിയുടെ മണ്ഡലമാണ്. ഒന്നാമത്തേത് നാച്ചുറലാണെങ്കിൽ രണ്ടാമത്തേത് കൾച്ചറലാണ് എന്നു സാരം. (യുങ്ങിന്റെ കലക്റ്റീവ് അൺകോൺഷ്യസ് എന്ന ആശയത്തെക്കുറിച്ച് ഇവിടെ ഓർക്കാവുന്നതാണ്).

സിംബോളിക് രജിസ്റ്ററിന്റെ മറ്റൊരു സവിശേഷത അതിന്റെ സാർവ്വലൗകികതയാണ്. വളർച്ചയുടെ ഏതെങ്കിലും ഒരു ഘട്ടത്തിൽ രൂപപ്പെടുന്നതോ ഘട്ടം ഘട്ടമായി രൂപപ്പെടുന്നതോ അല്ല ഈ മണ്ഡലം. പിറവിക്കു മുമ്പേ തന്നെ അതവിടെയുണ്ട്. പിറവിയെയും കാത്തിരിക്കുന്നതു പോലെ ആ രജിസ്റ്ററിലേക്കു പ്രവേശിക്കുകയാണ് ഓരോ കുഞ്ഞുമനസ്സും ചെയ്യുന്നത്. എന്നാൽ വളരെ സ്വാഭാവികമായും ആയാസരഹിതമായും നടക്കുന്നതാണ് ഈ പ്രക്രിയ എന്നു കരുതരുത്. ചില നഷ്ടങ്ങളും ത്യാഗങ്ങളും അതിന്റെ പിന്നിലുമുണ്ട്. ഗർഭപാത്രത്തിന്റെ സുഖശാന്തതയിൽ നിന്നും ജീവിതത്തിന്റെ പരുക്കൻ യാഥാർത്ഥ്യങ്ങളിലേക്കുള്ള പിറവി തന്നെ ഒരു പറുദീസാനഷ്ടമല്ലേ?.

സിംബോളിക്കിലേക്കുള്ള ആദ്യ ചുവടുവെപ്പ് തുടങ്ങുന്നത് അമ്മയിൽ നിന്നുമാണ്. അമ്മയാണ് ആദ്യത്തെ സിഗ്നിഫയർ, പിറവിയിലൂടെ നഷ്ടമാവുന്നത് അമ്മയുടെ പരിലാളനയിലൂടെയാണ് നികത്തപ്പെടുന്നത്. അമ്മയുടെ ശരീരത്തിന്റെ ചൂടുംതട്ടി ചേർന്നു കിടക്കുമ്പോൾ

ഒരിക്കലും അമ്മ തന്നിൽ നിന്നും വേറിട്ട ഒരനുഭവമാകു ന്നില്ല. എന്നാൽ ഇടയ്ക്ക് അമ്മ മാറി നില്ക്കുമ്പോൾ ഉള്ള വ്യ ത്യാസം കുഞ്ഞ് തിരിച്ചറിയാൻ തുടങ്ങുന്നു. അല്പം കഴിയു മ്പോൾ അമ്മ വീണ്ടും തിരിച്ചെത്തുന്നു. ഈയൊരു മാറ്റം തിരിച്ചറിയാൻ തുടങ്ങുന്നതോടെ തന്നിൽ നിന്നും വേറി ട്ടു നില്ക്കുന്ന ഒരു സ്വത്വമായി ഒരു സത്യമായി അമ്മ മാറു ന്നു. പൂർണ്ണമായ അർത്ഥത്തിലുള്ള സിഗ്നിഫയർ. ഈ സാന്നിദ്ധ്യവും അസാന്നിദ്ധ്യവും നല്കുന്ന അനുഭവത്തിൽ നിന്നുമാണ് ഒരു വസ്തുവിനോട് ചേർന്നുവരുന്ന ഒരാശയ മുണ്ട് എന്ന അറിവു രൂപപ്പെടുന്നത്. അമ്മ എന്ന് ഉച്ചരി ക്കാൻ തുടങ്ങുന്നതിനു മുമ്പു തന്നെ ഇതെല്ലാം നടക്കുന്നു. നോക്കൂ, ആദ്യത്തെ അറിവുപോലും എത്ര 'സംഘർഷഭ രിത'മാണെന്ന്. അമ്മയുടെ അസാന്നിദ്ധ്യമാണ് ആദ്യ ത്തെ സിഗ്നിഫയറിലേക്ക് നയിക്കുന്നത് എന്നു കണ്ട ല്ലോ. ഇത്തരത്തിലുള്ള ഒരു അഭാവത്തിൽ നിന്നാണ് ഭാ ഷയിലേക്കുള്ള പ്രവേശനം സാദ്ധ്യമാവുന്നത്. നമുക്കു വേ ണ്ടതെല്ലാം കൈയെത്തുന്നിടത്തുണ്ടെങ്കിൽ ആരും ഭാഷ ഉപയോഗിക്കുകയില്ല. കളിപ്പാട്ടം കാണാതാകുമ്പോഴാണ് കുഞ്ഞു കരയാൻ തുടങ്ങുന്നത്. ആ കരച്ചിൽ ഒരു കാൽ വെപ്പാണ്. മന്ദാരത്തിന്റ ഇലകൾ തുന്നിച്ചേർത്ത പുനർ ജ്ജനിയുടെ കൂട്ടും കണ്ണീരുകൊണ്ടു നനച്ചുവളർത്തിയ പ്ര ണയത്തിന്റെ കൽക്കണ്ടമാവുമെല്ലാമുള്ള സിംബോളിക് രജിസ്റ്ററിലേക്കുള്ള ആദ്യ കാൽവെപ്പ്.

മൂന്നാമത്തെ രജിസ്റ്റർ റിയലാണ്. ആദ്യ രണ്ടു രജിസ്റ്റ റുകളെക്കുറിച്ചുമുള്ള പരാമർശങ്ങൾ മുപ്പതുകളിലെ സെ മിനാറുകളിൽ തന്നെയുണ്ട്. ഒരുപാടു മാറ്റങ്ങൾ അവ യ്ക്കു വന്നിട്ടുണ്ട് എന്നതു സത്യമാണെങ്കിലും ലകാനിയൻ

തിയറി വളരെ ഡയനാമിക് ആയ ഒന്നാണ്. അതു കൊണ്ടു തന്നെ ആദ്യകാല ലകാനും അവസാനകാല ലകാനും തമ്മിൽ വളരെ പ്രകടമായ വ്യത്യാസങ്ങൾ തന്നെയുണ്ട്. റിയൽ എന്ന രജിസ്റ്ററിനെക്കുറിച്ചു പറയു മ്പോൾ ലകാന്റെ ഭാഷ കുറേക്കൂടി ഫിലോസഫിക്കലാ വുന്നതു കാണാം. അത് ആ ആശയത്തിന്റെ ആന്തരിക സങ്കീർണ്ണതയുടെ ഫലമാണ്. റിയാലിറ്റി എന്ന അർത്ഥ ത്തിലല്ല ലകാൻ ഈ പദമുപയോഗിക്കുന്നത്. ഇമേജിന റിയും സിംബോളിക്കും ചേർന്നാൽ റിയാലിറ്റിയായി എന്നു പറയാറുണ്ട്. റിയൽ ഇവ രണ്ടുമല്ല. എന്നാൽ ഇവ രണ്ടി ന്റെയും സ്പേസിലേക്കു കയറി നില്ക്കുന്ന ഭാഗം റിയലിനു ണ്ട്. രണ്ടിലും പെടാത്ത ഭാഗവുമുണ്ട്. ബൊറോമിയൻ വള യങ്ങൾ വ്യക്തമാക്കുന്നതുപോലെ.

റിയൽ, ലകാന്റെ അവസാനത്തെ രജിസ്റ്റർ ആയ തിൽ യാദൃശ്ച്ഛികതയൊന്നുമില്ല. മറ്റു രണ്ടു രജിസ്റ്ററുക ളെക്കുറിച്ചുള്ള തിയറി രൂപപ്പെടുത്തിക്കഴിഞ്ഞപ്പോൾ എന്തൊക്കെയോ വിട്ടുപോയിരിക്കുന്നു എന്നൊരു തോ ന്നൽ ലകാനെ അലട്ടിയിരുന്നു. ഒരു സൂചകത്തിൽ നിന്നും വായിച്ചെടുക്കാവുന്ന വസ്തുതകൾക്കും അപ്പുറം പിടിതരാ തെ നില്ക്കുന്ന ചിലതുണ്ടാകും. അതൊരു ഹെഗലിയൻ ദാർശനിക വീക്ഷണം മാത്രമല്ല ഒരു അനലിസ്റ്റിനെ സം ബന്ധിച്ചിടത്തോളം അവഗണിക്കാനാവാത്ത യാഥാർ ത്ഥ്യം കൂടിയാണ്. പ്രതിരൂപങ്ങളിൽ നിന്നോ പ്രതീകങ്ങ ളിൽ നിന്നോ കൃത്യമായി രൂപപ്പെടുത്തിയെടുക്കാൻ കഴി യാത്ത ചില ഉണ്മകളുടെ മണ്ഡലമാണ് റിയൽ. അതു കൊണ്ടാണ് ലളിതമായതും വിള്ളലുകൾ ഇല്ലാത്തതും

അകം പുറം എന്നീ വേർതിരിവുകൾക്ക് അപ്പുറത്തുള്ളതു മായ സത്യങ്ങളായി ലകാൻ റിയലിനെ അടയാളപ്പെടു ത്തുന്നത്.

അദൃശ്യനായ ഒരാളെ തിരിച്ചറിയാൻ അയാളുടെ ശരീ രത്തിലേക്ക് വെള്ളത്തുള്ളികൾ വർഷിക്കുന്നതും ആ ജലകണങ്ങളിലെ പ്രതിഫലനങ്ങളെ ആശ്രയിക്കുന്ന തും പോലെയാണ് റിയലിനെ കട്ട് ഔട്ട് ചെയ്തെടുക്കു ന്നത്. (ഹോളോ മാൻ എന്ന ഹോളിവുഡ് സിനിമയിൽ ഇങ്ങനെയൊരു രംഗമുണ്ട്.) സൂചകങ്ങളുടെയോ പ്രതീക ങ്ങളുടെയോ പൂർണ്ണമായ വരുതിയിൽ റിയലിനെ കൊ ണ്ടുവരാൻ നിങ്ങൾക്കു കഴിയില്ല. എന്തെങ്കിലും തരത്തി ലുള്ള ഒരു രൂപം അതിൽ നിന്നും വേർതിരിച്ചെടുക്കാൻ കഴിയുക ഭാഷയ്ക്കു തന്നെയാണ് താനും. 'കേവലമൊരു താത്കാലിക ഭ്രമം പൂവുപോലുള്ളൊരോമന കൗതുകം' എന്നൊക്കെ പറയാതെ പറയുന്നതുപോലെ.

ചലനസാധ്യതയുടെ അഭാവമാണ് റിയലിന്റെ മറ്റൊ രു സവിശേഷത. മറ്റു രണ്ടു രജിസ്റ്ററുകളും ചലനാത്മകമാ ണ് എന്നു പറയാം. ഒരു വാക്ക് എത്ര ഡയനാമിക്കായി ട്ടാണ് ഭാഷയിൽ പരിണമിക്കുന്നത്. എന്നാൽ ഇത്തരം സാധ്യതകൾ റിയലിന്റെ മണ്ഡലത്തിലില്ല. സ്ഥാവരതയാ ണ് അവിടത്തെ സ്ഥായീഭാവം. നൈസർഗ്ഗികമായിത്ത ന്നെ മനുഷ്യരിൽ കുടികൊള്ളുന്ന മരണാഭിമുഖ്യത്തെക്കു റിച്ച് സൈക്കോഅനാലിസിസ് പറയുന്നുണ്ടല്ലോ. അതു മായി ബന്ധപ്പെട്ട സ്വഭാവവിശേഷങ്ങൾ റിയലിന്റെ പരി ധിയിലാണ് ലകാൻ പെടുത്തിയിരിക്കുന്നത്. അതുപോ ലെ ഒബ്സസീവ് ന്യൂറോസിസിന്റെ ഗണത്തിൽപെടുന്ന

പെരുമാറ്റരീതികളും ഈ രജിസ്റ്ററിൽ പെടുന്നവയാണ്.

ബൊറോമിയൻ വളയങ്ങളിൽ ഓരോന്നിനെക്കുറിച്ചും വേർതിരിച്ച് ചർച്ചചെയ്തെങ്കിലും അവയുടെ സമഗ്രതയാണ് മനുഷ്യമനസ്സെന്ന മഹാത്ഭുതം. മറ്റൊരു രജിസ്റ്ററിലേക്കു കടന്നു നില്ക്കുകയും അതേസമയം അകന്നു നില്ക്കുകയും ചെയ്യുന്ന സവിശേഷഘടനാരീതിയിലാണ് ലകാനിയൻ തിയറി രൂപം കൊള്ളുന്നത്. എല്ലാവരിലും ഇവ മൂന്നുമുണ്ടെങ്കിലും ചിലരിൽ ഏതെങ്കിലുമൊന്നിന് കൂടുതൽ പ്രാമുഖ്യം ലഭിച്ചെന്നു വരും. കലയെയും സാഹിത്യത്തെയും കുറിച്ചുള്ള ലകാനിയൻ നിരീക്ഷണങ്ങൾ ഈ വിഭജനത്തെ അടിസ്ഥാനമാക്കിയാണ് രൂപപ്പെട്ടത്. ('The only difference between me and a mad man is that I am not mad'-Salvador Dali).

ഭാവവും അഭാവവും

'രണ്ടുതരം ദുരന്തങ്ങളാണ് ജീവിതത്തിലുള്ളത് ഒന്ന് നമ്മളാഗ്രഹിക്കുന്നത് കിട്ടാതിരിക്കുക എന്നത്, രണ്ട് അതു കിട്ടുക എന്നതും'. ഇത്തിരി കയ്പ്പുള്ള ഈ സത്യം തുറന്നു പറഞ്ഞത് മഹാനായ നാടകകൃത്ത് ബർണാഡ്ഷായാണ്. എന്നാൽ ആഗ്രഹങ്ങളില്ലാതെ ജീവിതമില്ല. ആസക്തികളെയും തൃഷ്ണകളെയും അവഗണിച്ചു കൊണ്ട് മനുഷ്യാസ്ഥിത്വത്തെക്കുറിച്ചുള്ള ഒരു തിയറിക്കും വേരുറച്ചു നില്ക്കാനാവില്ല. ലകാനിയൻ തിയറിയും ഇതിനൊരപവാദമല്ല. എന്നാൽ ലകാന്റെ സമീപനത്തിൽ കാതലായ ഒരു വ്യത്യാസമുണ്ട്. മനുഷ്യജീവിതത്തെയും മാനസികഘടനയെയും ഇവ എങ്ങനെ സ്വാധീനിക്കുന്നു എന്നതിലായിരുന്നില്ല ലകാന്റെ ശ്രദ്ധ. പകരം മൗലികമായിത്തന്നെ അവ എന്താണ് എന്നതിലായിരുന്നു. അവയെ വേർതിരിച്ച് തനിമയോടെ മനസ്സിലാക്കാനുള്ള ശ്രമമായിരുന്നു അത്.

മോഹങ്ങളാണ് ജീവിതത്തെ മുന്നോട്ടു നയിക്കുന്നത്. നമുക്കു ചുറ്റുമുള്ള എല്ലാ സൗകര്യങ്ങളും രൂപം കൊണ്ടത്

മനുഷ്യന്റെ സ്വപ്നങ്ങളിൽ നിന്നാണ്. അതിനെല്ലാം പുറമെ ഒരു വ്യക്തിയുടെ സ്വത്വഘടനയെ രൂപപ്പെടുത്തുന്നതിൽ അവയ്ക്കുള്ള പങ്ക് വളരെ വലിയതുമാണ്. തന്റെ നിരീക്ഷണങ്ങളിൽ ലകാൻ അവയ്ക്കു നല്കിയ സ്ഥാനം ഒട്ടും കുറഞ്ഞതായിരുന്നില്ല(ഇത്തിരി കൂടിപ്പോയില്ലേ എന്നു സംശയിക്കുന്നവരുമുണ്ട്). അസൂയ, മതിഭ്രമങ്ങൾ, ഫോബിയകൾ, ഹിസ്റ്റീരിക്കായ വിഭ്രാന്തികൾ എന്നിവയുടെയെല്ലാം ഉറവിടമായി ലകാൻ കാണുന്നത് ഇവയെ തന്നെയാണ്. അതു മാത്രമല്ല സർഗ്ഗാത്മകതയുടെ ഉറവിടവും ആഗ്രഹങ്ങൾ തന്നെയാണ്.

എന്തിന്റേയോ ഒരു കുറവ് അനുഭവപ്പെടുമ്പോഴാണ് വ്യക്തിയിൽ ആഗ്രഹങ്ങൾ മുളപൊട്ടുന്നത്. ഈ കുറവ് നികത്താനുള്ള മാർഗ്ഗമന്വേഷിച്ച് മനസ്സെത്തുന്നത് അപരത്തിലാണ്. തനിക്കു വേണ്ടതെല്ലാം അപരത്തിലുണ്ട് എന്ന വിശ്വാസമാണ് വ്യക്തിബോധത്തെ നിയന്ത്രിക്കുന്നത്. ആഗ്രഹങ്ങൾ കൃത്യമായി നിർവ്വചിക്കപ്പെടുന്നതു പോലും അപരത്തിലാണ്. സ്നേഹത്തിന്റെ ഭാഷയിലും കരുതലിന്റെ ഭാഷയിലുമെല്ലാം അവ പൂർത്തീകരിക്കപ്പെടുമെന്നു പ്രതീക്ഷിക്കുന്നത് സാധാരണമാണല്ലോ.

തന്റെ ആവശ്യം വ്യക്തി ചുറ്റുമുള്ളവരെ അറിയിക്കുന്നത് ഭാഷയിലൂടെയാണല്ലോ. അവർ അതു മനസ്സിലാക്കുന്ന രീതിയാണ് ആഗ്രഹങ്ങളുടെ സ്വഭാവം നിർണ്ണയിക്കുന്നത്. 'തന്നതില്ല പരനുള്ളുകാട്ടുവാൻ/ ഒന്നുമേ നരനുപായമീശ്വരൻ' എന്ന ആശാന്റെയും 'Desire is its interpretation' എന്ന ലകാന്റെയും വാക്കുകൾ ശ്രദ്ധിക്കുക. മോഹങ്ങളും അവയെക്കുറിച്ചുള്ള ആകുലതകളും എങ്ങനെയൊക്കെ വ്യക്തിസത്തയുടെ ഘടന

നിർണ്ണയിക്കുന്നു എന്നറിയാൻ ലകാനിയൻ തിയറിയിലെ മറ്റൊരാശയം കൂടി മനസ്സിലാക്കേണ്ടതുണ്ട്. ആ മേഖലയിലെ എക്സ്പർട്ടായ അലൻ മില്ലർ ഒരു ഗ്രാം അളവുള്ള ആശയം എന്ന ആമുഖത്തോടെ തന്റെ മുന്നിലിരുന്നവർക്കു പരിചയപ്പെടുത്തിക്കൊടുത്ത ഒരു പദമാണത്. ആ പദം പിന്നീട് ലകാനിയൻ തിയറിയിൽ ഒരു മലപോലെ വളരുന്നതാണ് കണ്ടത്. ജ്യൂയിസ്സൻസ് (jouissance) എന്ന ആ പദം അത്രയെളുപ്പം തർജ്ജമയ്ക്കു വഴങ്ങുന്നതല്ല. ഇത്തിരി വേദനകലർന്ന ആനന്ദം എന്നൊക്കെ സാമാന്യമായി പറയാം. അല്ലെങ്കിൽ ആനന്ദം അതിന്റെ പാരമ്യത്തിൽ വേദനകലർന്ന ഒരനുഭവമായി മാറുന്നതാണ് എന്നും പറയാം. ഈ വേദന ഒരു നെഗറ്റീവായ അർത്ഥത്തിലെടുക്കേണ്ടതില്ല. അതിരുകളിൽ സംഭവിക്കുന്ന അനുഭൂതിമാറ്റമാണത്.

എന്തിന്റെയോ കുറവിൽ നിന്നാണ് ആഗ്രഹങ്ങൾ മുളപൊട്ടുന്നത് എന്നു കണ്ടതാണല്ലോ. എന്നാൽ ജ്യൂയിസ്സൻസ് അനുഭൂതിയുടെ ധൂർത്താണ്. സാമ്പത്തികശാസ്ത്രത്തിലെ അതിരുകവിയുന്ന ഉത്പാദനം അമിതമായ ഉപഭോഗം എന്നിവയുമായി താരതമ്യം ചെയ്യാവുന്നത്. ഒരർത്ഥത്തിൽ ആഗ്രഹങ്ങളുടെ എതിരറ്റത്തു നില്ക്കുന്നത്. എന്നാൽ പരമമായ ആസക്തിയുടെ പരിസമാപ്തി കൂടിയാണ് ജ്യൂയിസ്സൻസ്. ലകാൻ തന്നെ എഴുതുന്നതിങ്ങനെയാണ്, 'ഒടുവിൽ ഒരത്താണി ലഭിച്ചിരിക്കുന്നു. ഭാരങ്ങളെല്ലാം ഇറക്കിവെച്ച് ഒന്നേറ്റു പറയാൻ'

ആഗ്രഹങ്ങൾ അപരത്തിൽ നിന്ന് രൂപം കൊള്ളുന്നവയാണെങ്കിൽ ജ്യൂയിസ്സൻസ് തികച്ചും വൈയക്തികമാണ്.

ആദ്യത്തേതിൽ ഒരു വൈരുദ്ധ്യാത്മകതയുണ്ട്. എന്നാൽ കേവലമായയൊരു അനുഭൂതിയാണ് ജ്വയിസ്സൻസ്. ഒരു കുറവിലേക്കോ നഷ്ടബോധത്തിലേക്കോ വിരൽചൂണ്ടുന്നതാണ് ആഗ്രഹങ്ങളെങ്കിൽ ഒരാഭിമുഖ്യമോ ലക്ഷ്യബോധമോ ഇല്ലാത്തതാണ് ജ്വയിസ്സൻസ്. എന്നാൽ അവ പരസ്പര വിരുദ്ധമല്ല.

ശാരീരികമോ മാനസികമോ ആയ ഏതെങ്കിലുമൊരു ആവശ്യത്തിന്റെ സംതൃപ്തമായ സഫലീകരണമായി ജ്വയിസ്സൻസിനെ കാണാൻപറ്റില്ല, എന്നും ഉള്ളിൽ തുടരുന്ന ഒരന്വേഷണമാണത്. അപ്രാപ്യതയുടെയും സങ്കീർണ്ണതയുടെയും ഒരു പരിവേഷം അതിനു ചുറ്റിലുമെപ്പോഴുമുണ്ട്. വല്ലാത്തൊരു ശൂന്യതയുടെയും നേരിയ ഒരു കുറ്റബോധത്തിന്റെയും കരിനിഴലുകൾ ആ സങ്കീർണ്ണതയുടെ ഭാഗം തന്നെയാണ്. എന്നാൽ ചോദനകൾ തീർക്കുന്ന അനുഭവം മാത്രമായി ജ്വയിസ്സൻസിനെ ചുരുക്കി കാണരുതെന്ന് ലകാൻ ഓർമ്മിപ്പിക്കുന്നുമുണ്ട്, 'അതിന് ചരിത്രപരമായ മാനങ്ങൾ കൂടിയുണ്ട് എന്ന് എടുത്തു പറഞ്ഞുകൊണ്ട് '('It embodies a historical dimension').

ജ്വയിസ്സൻസിനെക്കുറിച്ചുള്ള നിരീക്ഷണങ്ങൾ അതിന്റെ പൂർണ്ണതയിലെത്തുന്നത് ലകാന്റെ സെമിനാറുകളുടെ അവസാന കാലങ്ങളിലാണ്. ആദ്യകാല ലകാൻ സിഗ്നിഫയറുകളുടെയും ഡിസയറുകളുടെയും ലകാനാണെങ്കിൽ പിന്നീട് കണ്ടത് ജ്വയിസ്സൻസിന്റെയും 'ഓബ്ജെ-പെറ്റി-അ' (objet –petit- a) യുടെയും ലകാനെയാണ്. ജ്വയിസ്സൻസു പോലെ തന്നെ മൊഴിമാറ്റം നടത്താതെ പരക്കെ ഉപയോഗിക്കുന്ന പദമാണ് 'ഓബ്ജെ പെറ്റി

അ'. ഈ വാക്കിലെ അവസാനത്തെ 'അ' ശബ്ദം അപരത്തെ സൂചിപ്പിക്കുന്ന 'authre' എന്ന വാക്കിൽ നിന്നാണ്. കൃത്യമായിപ്പറഞ്ഞാൽ ചെറിയ അപരത്തെ സൂചിപ്പിക്കുന്നത്.

1960-ലെ സെമിനാറിൽ ലകാൻ ഈ വാക്കിനെ 'അഗാമാ(agalma)' എന്ന ഗ്രീക്കുപദവുമായി താരതമ്യം ചെയ്യുന്നുണ്ട്. ദൈവപ്രീതിക്കായി സമർപ്പിക്കുന്ന ഏതെങ്കിലും വിശിഷ്ടവസ്തുവിനെയാണ് അഗാമാ എന്നു പറയുന്നത്. അത് ഒരാഭരണമാകാം വസ്ത്രമാകാം ഒരു ചെറിയ വിഗ്രഹവുമാകാം. ഒരു സാധാരണ പെട്ടിക്കകത്ത് സൂക്ഷിച്ചിരിക്കുന്ന അമൂല്യവസ്തു എന്നൊരു അർത്ഥം കൂടി ഈ വാക്കിൽ അടങ്ങിയിരിക്കുന്നു. ഓരോ ആഗ്രഹത്തിനു പിറകിലും ഒളിഞ്ഞിരിക്കുന്ന പലപ്പോഴും അവാച്യമായ ഒരു കാരണമുണ്ടാകും. ഓരോ ആഗ്രഹവും ഒരിക്കലും പൂർത്തിയാകാത്ത ഒന്ന് അവശേഷിപ്പിക്കുന്നതും കാണാം. ആഗ്രഹങ്ങളെ എന്നും ചലനാത്മകമാക്കി നിർത്തുന്ന ഈ ഘടകം ഒരിക്കലും സംഭവിക്കാത്ത ഒരു ക്ലൈമാക്സിനെ നിലനിർത്തുന്നു.

'ഓബ്ജെ പെറ്റി അ'യെ ഇമേജിനറിയുടെ മണ്ഡലത്തിൽ അടയാളപ്പെടുത്തുന്നതിൽ ഒരു സ്വാഭാവികതയുണ്ട്. ആദ്യകാല ലകാനും ചിന്തിച്ചത് അങ്ങനെതന്നെയാണ്. എന്നാൽ അതിലടങ്ങിയിരിക്കുന്ന സനാതനമായ അംശം റിയലിന്റെ മണ്ഡലത്തിലും അതിനു സ്ഥാനം നല്കുന്നു. നിരന്തരം ഭാഷയിലൂടെ പൂർണ്ണതകണ്ടെത്താനുള്ള ശ്രമമായി ഓരോ നിമിഷത്തെയും പൊലിപ്പിച്ചെടുക്കലാണ് ജീവിതം എന്ന സത്യം സിംബോളിക്കിന്റെ

സ്വാധീനവലയത്തിലേക്കും 'ഓബ്ജെ പെറ്റി ആ'യെ ചേർത്തു നിർത്തുന്നു. ബൊറോമിയൻ വളയങ്ങളിൽ മൂന്നിനും പൊതുവായ ഭാഗത്താണ് ലകാൻ അതിനെ കുടിയിരുത്തുന്നത്. ഗണിതശാഖയായ സെറ്റ് തിയറിയിലെ ഇന്റർസെക്ഷൻ എന്ന ആശയം ലകാൻ ഇവിടെ ഫലപ്രദമായി ഉപയോഗിക്കുന്നു.

അതിനെല്ലാമപ്പുറം ഒരു ഫാലസ് നഷ്ടത്തിന്റെ ഓർമ്മകൾ പേറുന്നതാണ് ഓബ്ജെ പെറ്റി ആ എന്ന തിരിച്ചറിവുകൂടിയാണ് ആ സ്ഥാനനിർണ്ണയത്തിനു പിന്നിൽ പ്രവർത്തിക്കുന്നത്. ഫാലസിനെക്കുറിച്ചു പറയുന്നതിനു മുമ്പ് ഒരു കാര്യം ഇവിടെ സവിശേഷമായി ഓർക്കേണ്ടതുണ്ട്. ലകാനിയൻ തിയറിയിൽ ഘടനാപരമായ പ്രാധാന്യമുള്ള ഓരോ പദത്തിന്റെയും സാധ്യതകൾ നിലനില്ക്കുന്നത് മറ്റു പദങ്ങളുമായുള്ള ടോപോളജിക്കൽ ബന്ധത്തിലൂടെ മാത്രമാണ്. അത്തരം ബന്ധങ്ങളുടെ നൂലിഴകളിലൂടെയാണ് തന്റെ തിയറി മുന്നോട്ടു പോകുന്നത് എന്നു ലകാൻ തുറന്നെഴുതുന്നുമുണ്ട്. പുരുഷലൈംഗികാവയവത്തിന്റെ പ്രതിരൂപമായാണ് ഫ്രായിഡിയൻ തിയറിയിൽ ഫാലസ് എന്ന വാക്ക് കടന്നുവരുന്നത്. എന്നാൽ ജൈവശാസ്ത്രപരമായ എല്ലാ ബാധ്യതകളും കുടഞ്ഞുകളഞ്ഞ് മനോവിഭ്രാന്തികളുടെയെല്ലാം അന്തർധാരയായി വർത്തിക്കുന്ന ഒരു പിതൃബിംബ സംജ്ഞയായിട്ടാണ് ലകാനിൽ ഈ പ്രതീകം വെളിപ്പെടുന്നത്.

കരയാൻ മാത്രം കഴിയുന്ന ആദ്യ നാളുകളിൽ തന്നെ ഒരു കുഞ്ഞിന്റെ ഉള്ളിൽ രൂപപ്പെടുന്ന ആശയമാണ് അമ്മ. ഒരു കരച്ചിലിന്റെ അകലത്തിലുള്ള സാന്ത്വനത്തിന്റെ സിഗ്നിഫയർ. എന്നാൽ ഇടയ്ക്ക് അമ്മ എവിടേക്കോ

മാറിപ്പോകുന്നുണ്ട്. റിപ്രസുചെയ്യപ്പെടുന്ന ആദ്യ സിഗ്നി ഫയറും അതു തന്നെയാണ്. അമ്മ തിരിച്ചെത്തുമ്പോൾ വിണ്ടും പഴയപോലെ. ബോധാബോധങ്ങളിലായി മാറി മറയുന്ന ജീവിതമെന്ന മഹാഖ്യാനത്തിന്റെ ആദ്യാക്ഷര ങ്ങൾ രൂപപ്പെടുകയാണ്. ഭാവത്തിൽ മാത്രമല്ല അഭാ വത്തിലും സത്യമുണ്ട് എന്ന തിരിച്ചറിവോടൊപ്പം അമ്മ എങ്ങോട്ടാണ് പോകുന്നത് എന്ന ചോദ്യവും ഉയരുന്നു. അമ്മയുടെ അസാന്നിധ്യവുമായി ബന്ധപ്പെട്ടുത്താവുന്ന മറ്റെന്തും മനസ്സിൽ രൂപപ്പെടുന്നതിനു മുമ്പെ ഒരു പിതൃ ബിംബം കുഞ്ഞിന്റെയുള്ളിൽ രൂപപ്പെടുന്നു. എന്നിൽ നിന്ന് വേറിട്ട ഒന്ന് അമ്മ ആഗ്രഹിക്കുന്നുണ്ട് എന്ന് കുഞ്ഞ് വളരെ വേഗം തിരിച്ചറിയുന്നു. തന്റെ പ്രതിരൂപ മായ ചെറിയ അപരത്തിൽ ഇല്ലാത്ത ഒന്നാണ് അത്. അതിന്റെ പ്രതീകമാണ് ഫാലസ്.

ഫാലസ് അതിന്റെ പൂർണ്ണതയിൽ ആരിലുമില്ല എന്ന തിരിച്ചറിവ് രൂപപ്പെടുന്ന ഒരു ഘട്ടമുണ്ട്. ഒരിക്കൽ ഉണ്ടായിരുന്നത് മുറിച്ചു മാറ്റപ്പെടുകയോ നിർവ്വീര്യമാ ക്കപ്പെടുകയോ ആയിരുന്നു എന്ന നഷ്ടബോധമാണ് അത്. പൂർണ്ണമായി അതു വിസ്മൃതിയിലേക്കു പോകുന്നി ല്ല എന്നതാണു സത്യം. ചിതറിത്തെറിച്ച ചെറിയ കണ്ണാ ടിച്ചീളുകൾ പോലെ അതിന്റെ അംശം എല്ലായിടത്തും കാണാം. ആഗ്രഹങ്ങൾക്കു പിറകിലെല്ലാം ആ സാന്നി ധ്യമുണ്ട്. ആ അംശങ്ങളുടെ സഞ്ചയത്തിനു പകരം വെ ക്കുന്നതാണ് 'ഓബ്ജെ പെറ്റി അ'. ഒരടിക്കുറിപ്പെന്നോ ണം ഒരു കാര്യം കൂടി സൂചിപ്പിച്ചു കൊണ്ട് ഈ അദ്ധ്യാ യം അവസാനിപ്പിക്കാം. ലകാൻ ഉപയോഗിച്ച desir എന്ന ഫ്രഞ്ചു പദത്തിനു സമാനമായ ഇംഗ്ലീഷു പദം

ഏതായിരിക്കണമെന്നതിനെക്കുറിച്ച് വ്യത്യസ്തമായ അഭിപ്രായങ്ങളുണ്ടായിരുന്നു. പരക്കെ സ്വീകരിക്കപ്പെട്ടത് desire എന്ന പദമാണ്. ലകാൻ അർത്ഥമാക്കുന്ന പോലെ കുറച്ചു ഡയനാമിക്കാണ് ആ പദം. നിരന്തരം സചേതനമാക്കി നിർത്തുന്ന ഒരു ബലം പിന്നിൽ പ്രവർത്തിക്കുന്നു എന്ന തോന്നലുളവാക്കുന്നത്. ലകാനിയൻ തിയറിയുടെ കേന്ദ്രസ്ഥാനത്തു നിർത്താൻ ഒരു പദം തിരഞ്ഞെടുക്കേണ്ടിവന്നാൽ ആരുടെ മനസ്സിലും ആദ്യമെത്തുക ഈ വാക്കു തന്നെയായിരിക്കും. അതുകൊണ്ടു തന്നെ ആഗ്രഹങ്ങളെക്കുറിച്ചുള്ള ചർച്ചകൾ ഇവിടെ അവസാനിക്കുന്നില്ല.

പാപം നിറയുന്ന ശൂന്യതകൾ

അന്യരുടെ ഇച്ഛകളോടുള്ള അതിരു കടന്ന സാമിപ്യമാണ് നിങ്ങളെ ഉത്കണ്ഠാകുലരാക്കുന്നത് എന്നൊരു നിരീക്ഷണമുണ്ട് ലകാന്റെ പത്താമത്തെ സെമിനാറിൽ. ഈ പേപ്പർ ഉത്കണ്ഠയെക്കുറിച്ചുള്ളതാണ്. എടുത്തു പറയാൻ മാത്രം ഗൗരവമുള്ളതാണോ ഈ വിഷയം എന്നു ചിലരെങ്കിലും സംശയിച്ചേക്കാം എന്നൊരു ആമുഖത്തോടെയാണ് ലകാൻ വിഷയത്തിലേക്കു കടക്കുന്നത്. ലകാന്റെ കനപ്പെട്ട പേപ്പറുകളിൽ ഒന്നാണിത്. വായനയ്ക്കും വിശകലനത്തിനും അത്രയെളുപ്പം വഴങ്ങാത്തത്.

വ്യക്തിയും അപരവുമായുള്ള ബന്ധത്തിൽ നിന്നാണ് ഉത്കണ്ഠ മുളപൊട്ടുന്നത്. സാമൂഹികക്രമവും ആചാരങ്ങളും വ്യക്തിബന്ധങ്ങളും എല്ലാം ചേർന്ന സൂചകങ്ങളുടെ ഒരു ഭണ്ഡാരം (a treasury of signifiers) ആണല്ലോ വലിയ അപരം. സത്യത്തിന്റെയും നീതിയുടെയും ഈ അധികാരകേന്ദ്രം യഥാർത്ഥത്തിൽ ഒരു

സമഗ്രതയൊന്നുമല്ല. എന്നാൽ ഈ അപരത്തിന്റെ പുറത്ത് വ്യക്തി ഒന്നുമല്ല. അപരത്തിലെ റോളാണ് വ്യക്തിയുടെ ശക്തിസ്രോതസ്സ്. ആ സഹജസാന്നിധ്യത്തിൽ പ്രവർത്തന നിരതമാകുമ്പോൾ മാത്രമാണ് വ്യക്തിയിൽ ഒരാന്തരബലമുണ്ടാകുന്നത്. എന്നാൽ അപരം ഒരു ഒറ്റയാൾ രൂപമല്ലാത്തതുകൊണ്ട് അതിന്റെ ഇച്ഛകൾ വ്യക്തിക്കു പൂർണ്ണമായി വായിച്ചെടുക്കാനാവില്ല. ഒരപൂർണ്ണതയിൽ നിന്നാണ് ആഗ്രഹങ്ങൾ മുളപൊട്ടുന്നത് എന്നു നേരത്തെ കണ്ടതാണല്ലോ. സമൂഹത്തിന്റെ കാര്യത്തിലാകുമ്പോൾ തന്നിലൂടെ പൂർണ്ണമാകേണ്ട ആ ഇല്ലായ്മ കണ്ടെത്താൻ വ്യക്തിക്കു കഴിയാതെ വരുന്നു. ഇതാണ് ഉത്കണ്ഠയുടെ ഉറവിടം. അതിനാൽ ഇല്ലായ്മയുടെ ഇല്ലായ്മയാണ് ഉത്കണ്ഠ (anxiety is the lack of the lack) എന്നു പറയാം. പലകുറി ആവർത്തിക്കപ്പെട്ട ഒരു ലകാനിയൻ വാചകമാണിത്.

നമ്മളിൽ നിന്ന് ആരോ എന്തോ പ്രതീക്ഷിക്കുന്നുണ്ട് എന്ന തോന്നൽ നമുക്കെപ്പോഴുമുണ്ട്. വാതിലിൽ ഒരു മുട്ടു കേൾക്കുമ്പോൾ ഓരോരുത്തരിലുമുണ്ടാകുന്ന മാറ്റങ്ങൾ വിശദീകരിക്കേണ്ടതില്ലല്ലോ. ഗേറ്റിനു പുറത്ത് റോഡിൽ ഒരു വാഹനം നിർത്തിയിട്ടതു കണ്ടാൽ അല്പസമയത്തേക്കു നമ്മുടെ ഹൃദയമിടിപ്പു കൂടുന്നത് സ്വാഭാവികമാണല്ലോ. അയാൾ അടുത്തവീട്ടുകാരനെ നോക്കി വന്നതാണെന്നറിയുമ്പോഴുള്ള ആശ്വാസം വാക്കുകളിലൂടെ തന്നെ പുറത്തു വന്നേക്കാം. അപരത്തിന്റെ ഇച്ഛകൾ ഏതു ദിശയിലാണു നീങ്ങുന്നത് എന്നു കൃത്യമായി അടയാളപ്പെടുത്തുന്ന ഒരു സൂചകം കണ്ടെത്താൻ കഴിയില്ല എന്ന വസ്തുതയാണ്

ഈ ഉത്കണ്ഠകൾക്കു കാരണമാകുന്നത്.

ഒരു കുറവാണ് ആഗ്രഹങ്ങളിലേക്കു നയിക്കുന്നത് എന്നു കണ്ടതാണല്ലോ. സ്വത്വത്തിൽ രൂപപ്പെടുന്ന ചെറിയൊരു ശൂന്യതയാണിത്. സ്ഥലകാലനൈരന്തര്യത്തിൽ സംഭവിക്കുന്ന തമോഗർത്തം പോലെ. എന്നാൽ ഒരു നഷ്ടബോധമാണ് വിഷാദത്തിനു കാരണമാകുന്നത്. അതുവരെ ഉണ്ടായിരുന്ന ഒന്ന് ഇല്ലാതാകുന്നതിനെയാണ് നഷ്ടം എന്നതു കൊണ്ട് അർത്ഥമാക്കുന്നത്. മുമ്പ് വല്ലാതെ ഇഷ്ടപ്പെട്ടിരുന്ന എന്നാൽ പിന്നീടെപ്പോഴോ അകൽച്ച തോന്നുകയും നഷ്ടമാവുകയും ചെയ്ത ഒന്നിന്റെ ഓർമ്മകളാണ് വിഷാദത്തിലേക്കു നയിക്കുന്നത് എന്നു ഫ്രായിഡ് കൃത്യമായി നിർവ്വചിക്കുന്നുമുണ്ട്. എന്നാൽ ലകാന്റെ സമീപനത്തിൽ ചില വ്യത്യാസങ്ങളുണ്ട്. അന്തരംഗത്തിൽ വേരോടിച്ചു നിൽക്കുന്ന മരണാഭിനിവേശം സിംബോളിക് തലത്തിൽ ആവിഷ്കരിക്കപ്പെടുന്നതിനെയാണ് ലകാൻ വിഷാദമായി കാണുന്നത്. ലകാനെ സംബന്ധിച്ചിടത്തോളം അതു സൈക്കോസിസിന്റെ മണ്ഡലത്തിൽ ഉൾപ്പെടുന്നതാണ്. ലകാനിയൻ തിയറിയിൽ മരണാഭിനിവേശം (death drive) എന്നതിലും ഒരു വൈരുദ്ധ്യാത്മകത അടങ്ങിയിട്ടുണ്ട്. അത് ജീവിതം ഇല്ലാതാകുന്നതല്ല പകരം ജീവിതത്തിൽ 'ജീവിതം അതിരുകവിയുന്നതാണ്' (life in excess of life) ജ്വയിസ്സൻസിന്റെ കാര്യത്തിൽ കണ്ടതുപോലെ.

മരണാഭിനിവേശം അതിന്റെ പ്രകടരൂപമണിയുന്നത് സിംബോളിക് തലത്തിലാണ്. സമൂഹശരീരത്തിലേക്കു പടർന്നു കയറിയ വേരുകൾ അറുത്തുമാറ്റാനുള്ള

ആഗ്രഹമായും കടമയുടെയും കടപ്പാടിന്റെയും തട്ടകങ്ങ ളിൽ നിന്നും കുതറിമാറാനുള്ള തിടുക്കമായും അതു രൂപം മാറുന്നു. അന്യരുടെ സാന്നിദ്ധ്യം ശ്വാസംമുട്ടിക്കുന്ന അനു ഭവമായി മാറുന്ന ചിലരുണ്ട്. എപ്പോഴും മാറി നില്ക്കാനാഗ്ര ഹിക്കുന്നവർ. എന്നാൽ അവരുടെ എല്ലാ ബന്ധങ്ങളും അങ്ങനെയാവണമെന്നില്ല. ചിലരോട് അവർ ഭ്രാന്തമാ യി അടുക്കുന്നതും ആ ബന്ധത്തിന് ഉലച്ചിൽ തട്ടുമ്പോൾ അസാധാരണമായി പ്രതികരിക്കുന്നതും കാണാം. അമി തമായ സ്നേഹത്തിനു പിറകിലും ഒരു വിഷാദമന:ശാ സ്ത്രം കാണാനാകും.

സമാനമായ മറ്റൊരു മനോനിലയെക്കുറിച്ചുകൂടി സൂചി പ്പിച്ചു കൊണ്ട് ഈ ഭാഗം അവസാനിപ്പിക്കാം.uncanny എന്നത് സൈക്കോഅനാലിസിസിലെ തന്നെ സുപ്ര ധാന പദങ്ങളിലൊന്നാണ്. അതിലെ ഒട്ടുമിക്ക ചിന്താ ധാരകളും ചെന്നു ചേരുന്ന ഇടം എന്ന് സാമാന്യമായി പറയാം. ഇങ്ങനെയൊരു സംഗമസ്ഥാനത്തെക്കുറിച്ച് ആദ്യം പറഞ്ഞതും ഫ്രോയിഡ് തന്നെയാണ്. ചിരപരി ചിതമായ ഒരിടം പെട്ടെന്ന് അപരിചിതമാകുന്ന അവ സ്ഥ. ഒരുതരം അസ്വസ്ഥത ഉള്ളിൽ വന്നു പൊതിയുന്ന തുപോലെ. ആ അവസ്ഥയെക്കുറിച്ച് കൃത്യമായി പറയാൻ ഫ്രോയിഡിന്റെ കയ്യിൽ ഒരു ജർമ്മൻ പദമുണ്ടായിരുന്നു das Unheimliche. ഇംഗ്ലീഷിലാവുമ്പോൾ heimliche എന്ന പദത്തിനു സമാനമായി homely, familiar എന്നൊക്കെ പ്രയോഗിക്കാം. ഒപ്പം ഇത്തിരി സ്വകാര്യ തയോടെ മാറ്റി നിർത്തിയത് എന്നൊരു ധ്വനികൂടി അതി ലടങ്ങിയിട്ടുണ്ട്. സ്വന്തം വീടിന്റെ നാലു ചുമരുകൾക്കു നടു വിൽ അനുഭവിക്കുന്ന ആശ്വാസവും സുരക്ഷിതബോധവും

സ്വാതന്ത്ര്യവുമുണ്ടല്ലോ. അതില്ലാതാവുന്ന അവസ്ഥയാണ് Unheimliche. ഇംഗ്ലീഷിൽ uncanny എന്ന വാക്കാണ് പകരം ഉപയോഗിക്കുന്നത്. ഫ്രഞ്ചുഭാഷയിൽ നിന്ന് അനുയോജ്യമായ ഒരു പദം കണ്ടെത്താനാവാത്തതിനാൽ ലകാൻ ഒരു പുതിയ പദം കണ്ടെത്തുകയായിരുന്നു extimite.

ആശയപ്രകാശനത്തിനായി നാം പതിവായി ഉപയോഗിക്കുന്ന ചില പദദ്വന്ദങ്ങൾ ശ്രദ്ധിച്ചാൽ ഒരു കാര്യം വ്യക്തമാകും. ഒന്ന്, ആന്തരിക ലോകത്തിലേക്കാണ് വിരൽ ചൂണ്ടുന്നതെങ്കിൽ രണ്ടാമത്തേത്, ബാഹ്യതലത്തിലുള്ളതായിരിക്കും. സത്ത/രൂപം, മനസ്സ്/ശരീരം, ആത്മനിഷ്ഠം/വസ്തുനിഷ്ഠം എന്നിവ ശ്രദ്ധിച്ചാൽ അതു വ്യക്തമാകും. എന്നാൽ ഈ വേർതിരിവിന്റെ അതിരുകൾ മായ്ച്ചുകളയുന്ന പദമാണ് extimite. അത് ആന്തരികമായ ഒരു തലത്തിലേക്കോ ബാഹ്യമായ ഒന്നിലേക്കോ വിരൽ ചൂണ്ടുന്നില്ല. ഒരേ സമയം കാതലായ ഒരംശത്തേയും അന്യമായ ഒന്നിനേയും ഉൾക്കൊള്ളാൻ അതു ശ്രമിക്കുന്നു. ആ വാക്ക് സൂചിപ്പിക്കുന്ന അവസ്ഥയിൽ ഒരാളിൽ അസ്വസ്ഥയുണ്ടാക്കുന്ന വസ്തുവോ സാഹചര്യമോ തികച്ചും അപരിചിതമായ ഒന്നായിരിക്കണമെന്നില്ല. പരിചിതവും സ്വസ്ഥവുമായ ഒരന്തരീക്ഷത്തിലേക്ക് റിയലിന്റെ കടന്നുകയറ്റമാണത്. ഒരു വാഹനാപകടത്തിന്റെ സന്ദർഭത്തെക്കുറിച്ച് ചിന്തിച്ചാൽ അതു വ്യക്തമാകും. സാധാരണ നിലയിൽ ജീവിതം മുന്നോട്ടു പോകുന്ന ഒരു തെരുവിൽ ഒരപകടമുണ്ടായാൽ അന്തരീക്ഷം വല്ലാതെ മാറുന്നത് ശ്രദ്ധിച്ചിരിക്കുമല്ലോ. സമയത്തിന്റെ ഒഴുക്കിന് വേഗത പെട്ടെന്ന് കുറഞ്ഞതു പോലെ വല്ലാത്തൊരു നിശ്ശബ്ദത

ഉള്ളിലേക്ക് ഇഴഞ്ഞിറങ്ങുന്നതുപോലെ അതുവരെ മനസ്സ മാറ്റി നിർത്തിയ സത്യം ഉള്ളിലേക്കു കടന്നു വരികയാണ്. അതാണു ലകാന്റെ റിയൽ. അതു റിയാലിറ്റിയല്ല അതി നുമപ്പുറത്തുള്ള ഒരോർമ്മപ്പെടുത്തലാണ്.

അസാധാരണവും ഭീതിജനകവുമായ സന്ദർഭങ്ങളെ ക്കുറിച്ചുള്ള ആകുലതകൾ ഇറക്കിവെക്കാൻ അതിഭൗ തികശക്തികളെ ആശ്രയിക്കുകയായിരുന്നു ആദ്യകാല ങ്ങളിൽ. ഭൂതങ്ങളും പ്രേതങ്ങളുമെല്ലാം അവരുടെ റോളു കൾ ഭംഗിയായി നിർവ്വഹിച്ചു. ആധുനികതയുടെ കാലമാ യപ്പോൾ മനോനിലയിൽ മാറ്റമുണ്ടായില്ലെങ്കിലും ആവി ഷ്കാരത്തിന്റെ ഊന്നൽ സിംബോളിക് തലത്തിലേക്കു മാറി. ഫ്രൻസ് കാഫ്കയുടെ വിശ്വോത്തര സാഹിത്യകൃതി യായ മെറ്റമോർഫോസിസ് എന്ന ലഘുനോവലിനെക്കു റിച്ച് ഇവിടെ ചിന്തിക്കാവുന്നതാണ്. ഒരു ദുഃസ്വപ്നം കണ്ട് ഞെട്ടിയുണർന്ന ഗ്രിഗർ സാംസ താനൊരു ഭീമാകാര നായ പാറ്റയായി മാറിയിരിക്കുന്നു എന്നു തിരിച്ചറിയു ന്നിടത്താണ് കഥ തുടങ്ങുന്നത്. എത്ര ശ്രമിച്ചിട്ടും കിടക്ക യിൽ നിന്നും എഴുന്നേൽക്കാൻ കഴിയാതെ തലയല്പമുയർ ത്തിയ ഗ്രിഗർ കാണുന്നത് തന്റെ രൂപാന്തരം വന്ന വയറും നിസ്സഹായമായി ചലിച്ചുകൊണ്ടിരിക്കുന്ന എണ്ണമറ്റ കാലു കളുമാണ്. തനിക്കെന്താണ് സംഭവിക്കുന്നത് എന്നു ചിന്തി ച്ചുകൊണ്ട് ചുറ്റും കണ്ണോടിച്ച സാംസാ മുറിയിലെ പരിചി തമായ നിശ്ശബ്ദത തിരിച്ചറിയുന്നുണ്ട്. ഒരു ട്രാവലിംഗ് സെ യിൽസ്മാനാണ് ഗ്രിഗർ സാംസാ. മേശപ്പുറത്തു ചിതറിയിട്ട വസ്തുസാമ്പിളുകൾ തന്റെ ജോലിയുടെ മടുപ്പിക്കുന്ന സ്വഭാ വം ഗ്രിഗറിനെ ഓർമ്മിപ്പിക്കുന്നുണ്ട്. എങ്കിലും എങ്ങനെ യെങ്കിലും എഴുന്നേൽക്കണം. അഞ്ചുമണിയുടെ വണ്ടിക്ക്

എല്ലാം പെറുക്കിയെടുത്ത് പോകേണ്ടതാണല്ലോ.

എന്നാൽ സാംസയ്ക്ക് ഒരിക്കലും ആ മുറിയിൽ നിന്നു പുറത്തു കടക്കാനാവുന്നില്ല. ആദ്യമൊക്കെ വീട്ടുകാരെ സംബന്ധിച്ചിടത്തോളം ആ മുറിയിൽ 'അവൻ' ഉണ്ടായിരുന്നു. കുറച്ചു ദിവസങ്ങൾ കഴിഞ്ഞപ്പോൾ അവരുടെ വാക്കുകളിൽ; 'അതിന്റെ' മുറിയായി ആ മുറി മാറി. പിന്നീട് ചവറുകുനകൾ കൊണ്ടിടാനുള്ള ഇടം കൂടിയായി അത്. ആ ചവറുകൾക്കിടയിൽ ഒടുങ്ങുകയായിരുന്നു സാംസയുടെ ജീവിതം.

അച്ഛനും, അമ്മയും ഇളയസേഹാദരിയും അടങ്ങുന്ന ആ മധ്യവർഗ്ഗകുടംബത്തിന്റെ ഏക ആശ്രയമാണ് സാംസ. അവരുടെ പ്രതീക്ഷകളോട് വല്ലാതെ അടുത്തിരിക്കുന്ന ആൾ. തന്റെ പ്രിയപ്പെട്ടവർക്കു വേണ്ടി ജീവിക്കുന്ന ഒരു ചെറുപ്പക്കാരൻ, ബോധാബോധങ്ങളിലേക്ക് പകർന്നാട്ടം നടത്തുന്ന ഒരു സങ്കീർണ്ണവ്യക്തിയായി അടയാളപ്പെടുത്തപ്പെടുന്നില്ല എന്ന തോന്നൽ സാംസയുടെ ഉള്ളിൽ വേരോടിച്ചു തുടങ്ങിയിരുന്നു. അതിന്റെ സിംബോളിക് തലത്തിലുള്ള ആവിഷ്കാരമാണ് മെറ്റമോർഫോസിസ് എന്ന ആ അന്യവത്കരണം.

തീവ്രമായി ചിന്തിക്കുന്ന ഒന്നാണ് അബോധമനസ്സ് എന്ന ലകാന്റെ നിരീക്ഷണം ഓർക്കുന്നുണ്ടാവുമല്ലോ. വ്യക്തിയുടെ ആന്തരികജീവിതം നിരന്തരം രൂപപ്പെടുകയും പരുവപ്പെടുകയും ചെയ്യുന്ന ഒന്നാണ്. ജൈവപരിസരവും സാമൂഹികയാഥാർത്ഥ്യങ്ങളും ഭാഷയും സ്വാധീനിക്കുന്ന ഒരു സമഗ്രതയാണ് ഈഗോ. കാലത്തിന്റെ ഒറ്റത്തുരുത്തിലിരുന്ന് ചിന്തിക്കുകയും വാക്കുകളിലൂടെ

ആശയവിനിമയം നടത്തുകയും ചെയ്യുന്ന ജീവി എന്ന കാർട്ടീഷ്യൻ പരികല്പന തള്ളിക്കളയുന്നുണ്ട് ലകാൻ. I think therefore I am എന്ന കാർട്ടീഷ്യൻ പ്രമാണ വചനത്തിന് I think therefore I am not എന്നാണ് ലകാനിയൻ മറുമൊഴി.

നമുക്ക് സാംസയുടെ മുറിയിലേക്ക് ഒന്നു കൂടി പോകാം. ആ നശിച്ചദിവസം രൂപാന്തരീകരണം സംഭവിച്ച് നിസ്സഹായനായിക്കിടക്കുന്നതിനിടയിൽ സാംസയുടെ കണ്ണുകൾ ചുമരിലെ ഒരു ചിത്രത്തിൽ ചെന്നെത്തുന്നുണ്ട്. ഏതോ മാഗസിനിൽ വന്ന ഒരു പെൺകുട്ടിയുടെ ചിത്രം ഫ്രെയിം ചെയ്തു തൂക്കിയിരിക്കുകയാണ്. ചിത്രം നല്കുന്ന സൂചനകളിലേക്കൊന്നും കടക്കുന്നില്ല. എന്നാൽ ചിത്രത്തിന്റെ ഫ്രെയിമിനെക്കുറിച്ചുള്ള വിവരണത്തിൽ ഒരു സൈക്കോഅനാലിറ്റിക് വായനയുടെ സാധ്യത ഒളിഞ്ഞിരിക്കുന്നുണ്ട്. 'Anxiety is framed' എന്ന ലകാന്റെ വാക്കുകൾ ഇവിടെ ഓർക്കാവുന്നതാണ്. ഇമേജുകൾ ഫ്രെയിം ചെയ്യപ്പെടുന്നു എന്നൊരു സവിശേഷത ജനലുകളിലൂടെയുള്ള കാഴ്ചകളിൽ നാം അനുഭവിക്കുന്നുണ്ട്. സ്വപ്നങ്ങളിലും ഫാന്റസികളിലും ജനലുകൾ ഒരു രൂപകമായി വരുന്നത് ശ്രദ്ധിച്ചിരിക്കുമല്ലോ. ജനൽച്ചില്ലുകളിൽ വന്നടിക്കുന്ന ഭീതിയുടെ കറുത്തചിറകുകൾ ഡ്രാക്കുള വായിച്ചവർ മറന്നിരിക്കാനിടയില്ല. 'ജനലിനപ്പുറം ജീവിതം പോലെ...' എന്നു തുടങ്ങുന്ന ബാലചന്ദ്രൻ ചുള്ളിക്കാടിന്റെ വരികളിലെ ഭാവതീവ്രത ഉള്ളിൽ നിറഞ്ഞിറങ്ങുന്നത് വല്ലാത്തൊരു വായനാനുഭവമാണല്ലോ. ഒരു ഫ്രെയിമിലെന്നോണം മുറിച്ചു മാറ്റിവെക്കപ്പെട്ട ചില ചിത്രങ്ങൾ ഉള്ളിലുണ്ടാക്കുന്ന ആകടച്ചിൽ വാക്കുകളിലൊതുങ്ങുന്നതല്ല.'വയലുകൾക്കപ്പുറം

വാകപൂത്ത / വഴിയിലൂടന്തി കടന്നുപോയി./ ചിറകു കുട യുന്നു തെന്നലാറ്റിൻ/ കരയിലെ വെള്ളിലേത്താപ്പിനു ള്ളിൽ.' എന്ന് ആർ രാമചന്ദ്രൻ. മാഷിനെ ഓർമ്മിച്ചുകൊ ണ്ട് ഈ ഭാഗം അവസാനിപ്പിക്കാം.

നഷ്ടസ്വർഗ്ഗത്തിലേക്കൊരു തിരിച്ചുപോക്ക്

സൈക്കോഅനാലിസിസിന്റെ ഭാവി പ്രധാന ചർച്ചാവിഷയമായെടുത്തു കൊണ്ടാണ് 1990-ലെ ഒരു ടൈം മാഗസിൻ പുറത്തിറങ്ങിയത്. കവർ പേജിൽ 'Is Freud dead' എന്നൊരു ചോദ്യമുണ്ടായിരുന്നു. ഉള്ളിൽ കനപ്പെട്ടൊരു ഫീച്ചറും. കാലത്തിന്റെ ചുമരെഴുത്തുകൾ വായിക്കുകയായിരുന്നു മാഗസിൻ സൈക്കോഅനാലിസിസ് മരിച്ചിരിക്കുന്നു, നമുക്കു ചെയ്യാവുന്നത് ആ കല്ലറയിൽ ഒരു തിരിയും കൊളുത്തി തിരിച്ചു നടക്കുക മാത്രം. പലകോണുകളിൽ നിന്നും മുഴങ്ങിയ വാക്കുകളുടെ സാരാംശം ഇതായിരുന്നു. രണ്ടായിരത്തിൽ The interpretation of dreams പ്രസിദ്ധീകൃതമായതിന്റെ നൂറാം വാർഷികം ആഘോഷിക്കപ്പെട്ടതും ഇത്തരം അശുഭചിന്തകൾ നിറഞ്ഞു നില്ക്കുന്ന ഒരന്തരീക്ഷത്തിലായിരുന്നു.

സൈക്കോഅനാലിസിസിന്റെ നൂറ്റാണ്ടു കഴിഞ്ഞിരിക്കുന്നു. പുതിയ നൂറ്റാണ്ടിന്റെ ആദ്യദശകം പകുതി പിന്നിട്ടപ്പോഴേക്കും The Black Book Of Psychoanalysis പുറത്തിറങ്ങി കഴിഞ്ഞിരുന്നു. സൈക്കോഅനാലിസിസിന്റെ തിയറിയിലും പ്രയോഗത്തിലുമുള്ള പിഴവുകളും പാളിച്ചകളും അക്കമിട്ടു നിരത്തുന്ന പുസ്തകമായിരുന്നു അത്. ബാഹ്യതലസ്പർശിയായ വിമർശനങ്ങളായിരുന്നില്ല ഫ്രോയിഡിയൻ തിയറി നേരിടേണ്ടി വന്നത്, പകരം അടിസ്ഥാനാശയങ്ങളുടെ കടയ്ക്കൽ തന്നെ കത്തിവെക്കുന്നവയായിരുന്നു. മാനവരാശിയുടെ ചരിത്രത്തിൽ മറ്റൊരു ചിന്തകനും ഇതുപോലൊരു അവസ്ഥ നേരിടേണ്ടിവന്നിരിക്കില്ല. അത്രയും നിശിതമായിരുന്നു ഫ്രോയിഡിനു നേരെയുള്ള വിമർശനങ്ങൾ.

മസ്തിഷ്കശാസ്ത്രത്തിൽ പെട്ടെന്നുണ്ടായ കുതിച്ചുചാട്ടം പല മനോനിലകളെയും, ന്യൂറോണുകളുടെയും അവയ്ക്കിടയിലെ ഊർജ്ജപ്രവാഹങ്ങളുടെയും ഭാഷയിലേക്കു മാറ്റിയെഴുതാൻ ഇടയാക്കി. സൈക്കോഅനാലിസിസിനെ അതിന്റെ മണ്ണിൽതന്നെ കുഴിച്ചുമൂടി എന്നു സാരം. പുതിയ തരം മരുന്നുകളും ബിഹേവിയർ തെറാപ്പിയും അനാലിസിസിലെ ഉള്ളുതുറക്കൽ രീതിയെ പിന്നിലേക്കു തള്ളിക്കളഞ്ഞു. സോഷ്യൽ മീഡിയയുടെ വരവും മനുഷ്യബന്ധങ്ങളെക്കുറിച്ചുള്ള പുതിയ തലമുറയുടെ ധാരണകളും അടിച്ചമർത്തപ്പെടുന്ന ജന്മവാസനകൾ എന്ന പഴയ പരികല്പനയുടെ ആഘാതശേഷി കുറച്ചു കളഞ്ഞു. ഇരുപതാം നൂറ്റാണ്ടിന്റെ മനുഷ്യഭാഗധേയങ്ങൾ നിർണ്ണയിക്കുന്നതിൽ സുപ്രധാന പങ്കുവഹിച്ച നിരീക്ഷണങ്ങൾ ചരിത്രത്തിന്റെ കാണാ

മറയത്തേക്ക് നീങ്ങുകയാണെന്ന വിശ്വാസം ശക്തി പ്രാപിക്കാൻ തുടങ്ങി.

എങ്കിലും എല്ലാം അവസാനിച്ചു എന്നു പറയാറായിട്ടില്ല. ഇന്ന് ഏറ്റവും ശ്രദ്ധിക്കപ്പെടുന്ന ദാർശനികനായ സിഷെക് (Slavoj Zizek) ഒരു ലകാനിയൻ സൈക്കോ അനാലിസ്റ്റാണ് എന്നോർക്കുക. ലകാനിയൻ തിയറിയുടെ പ്രസക്തിയെക്കുറിച്ചു ചിന്തിക്കുന്നതിനിടയിൽ മാനവരാശിയുടെ ചിന്താമണ്ഡലത്തിൽ വലിയമാറ്റങ്ങൾക്കു കാരണമായ മൂന്നു കണ്ടെത്തലുകളെക്കുറിച്ച് സിഷെക് ഓർക്കുന്നുണ്ട്. ഒന്നാമത്തേത് സൂര്യനെ കേന്ദ്രത്തിൽ പ്രതിഷ്ഠിച്ചുകൊണ്ട് കോപ്പർ നിക്കസ് കണ്ടെത്തിയ സൗരയൂഥ മാതൃകയാണ്. അതു മനുഷ്യനെ പ്രപഞ്ചത്തിന്റെ താക്കോൽസ്ഥാനത്തു നിന്നും എടുത്തു ദൂരെക്കളഞ്ഞു. രണ്ടാമത്തെ അറിവ് ഡാർവിന്റെ പരിണാമ സിദ്ധാന്തമാണ്. പരിണാമ ശൃംഖലയിലെ ഒരു കണ്ണി എന്നതിൽ കവിഞ്ഞ മഹത്ത്വമൊന്നും നിനക്ക് അവകാശപ്പെടാനില്ല എന്ന് അത് മനുഷ്യനെ ഓർമ്മിപ്പിച്ചു. മൂന്നാമത്തേത് അബോധമനമനസ്സിനെക്കുറിച്ചുള്ള നിരീക്ഷണങ്ങളാണ്. അത് ഈഗോയെ അതിന്റെ മാളത്തിൽ നിന്നും പുകച്ചുചാടിച്ചു. മൂന്നു നാർസിസ്റ്റിക് ആതുരതകൾ എന്നാണ് ഫ്രോയിഡ് അവയെ വിശേഷിപ്പിച്ചത്. അവ നല്കിയ ജാള്യത മറയ്ക്കാനുള്ള പകർന്നാട്ടങ്ങളായിരുന്നു ആധുനികതയുടെ ആവിഷ്കാരങ്ങൾ എന്നു പറയാം.

സമാനമായ ഒരു ചരിത്രസന്ദർഭത്തിലാണ് മാനവരാശി ഇന്നെത്തി നില്ക്കുന്നത്. നിർമ്മിതബുദ്ധിവരെ എത്തിയ ശാസ്ത്ര സാങ്കേതിക രംഗത്തെ വളർച്ച അത്തരമൊരു

സന്ധിയെ ഓർമ്മിപ്പിക്കുന്നുണ്ട്. വ്യക്തിബോധത്തെയും സ്വാതന്ത്ര്യത്തെയും ആത്മാഭിമാനത്തെയും കുറിച്ചുള്ള ധാരണകളെല്ലാം തിരുത്തിയെഴുതപ്പെടുന്ന കാലമാണിത്. വിലപ്പെട്ടത് എന്നു കരുതി നാം മുറുകെ പിടിച്ചിരുന്ന പലതും ഇന്നങ്ങനെ അല്ലാതാവുകയാണ്. സിഷെകിന്റെ ഭാഷയിൽ പറഞ്ഞാൽ വെറും 'യൂസർ ഇല്യൂഷൻസ്' മാത്രമാവുകയാണ്. ഉള്ളിലെ നാർസിസ്റ്റിക് പ്രതിരൂപം ശരങ്ങളേറ്റ് ചിതറിപ്പോവുകയാണ് എന്നു സാരം.

ഈയൊരവസ്ഥയിൽ ലകാൻ മറ്റൊരർത്ഥത്തിൽ പ്രസക്തമാവുകയാണ് എന്നു വിശ്വസിക്കുന്ന ചില ദാർശനികരെങ്കിലും ഇപ്പോഴുമുണ്ട്. സിഷെകിനെ പോലുള്ളവർ ലകാന്റെ ഫ്രോയിഡിലേക്കുള്ള മടക്കം യഥാർത്ഥത്തിൽ സവിശേഷമായൊരു അകക്കാമ്പിലേക്കുള്ള മടക്കമായിരുന്നു. ഫ്രോയിഡുപോലും തിരിച്ചറിയാതിരുന്ന ഒരിടത്തേക്ക്. ആ തിരിച്ചു പോക്കിന്റെ 'ഓപ്പൻ സീസേ' മന്ത്രം ഒറ്റ വരിയിലൊതുക്കാവുന്നതാണുതാനും അബോധമനസ്സിന്റെ ഘടന ഭാഷയുടെ ഘടന പോലെയാണ്. പ്രസിദ്ധമായ ലകാനിയൻ പ്രമാണസൂക്തമാണിത്. അതിന്റേതായ വ്യാകരണവും ശൈലീരൂപങ്ങളും അനുസരിക്കുകമാത്രമല്ല അതിതീവ്രമായി ചിന്തിക്കുകയും അനുശാസിക്കുകയും ചെയ്യുന്നതുമാണ് അബോധമനസ്സ്. അമർച്ച ചെയ്യപ്പെട്ട ആസക്തികളുടെയും ജന്മവാസനകളുടെയും നിക്ഷേപമായിട്ടല്ല ജീവിതത്തിന്റെ റൊമാന്റിക് ദർശനമായിട്ടാണ് ലകാൻ അബോധമനസ്സിനെ കാണുന്നത്.

ന്യൂറോസിസും സൈക്കോസിസും ശാപം പോലെ ഏറ്റുവാങ്ങേണ്ട ദുരവസ്ഥകളല്ലെന്നും പകരം

യാഥാർത്ഥ്യത്തോടുള്ള ദാർശനിക പ്രതികരണങ്ങളാണെന്നും ലകാൻ നിരീക്ഷിക്കുന്നു. ചിലതെല്ലാം നമ്മുടെ സാമൂഹിക ബന്ധങ്ങൾക്ക് സവിശേഷ നിറം നല്കുന്നവയാണ്. മറ്റുചിലത് സമഗ്രമായ വ്യക്തിബോധത്തിന്റെ അംശമായി മാറിയവയും. എല്ലാം 'ചികിത്സിച്ച്' മാറ്റിക്കളയുക എന്ന അമിതാവേശമൊന്നും ലകാനില്ല. ആ ചികിത്സാശൈലിയിലും ഒരു വ്യത്യാസമുണ്ടായിരുന്നു. അഭിലാഷങ്ങളുടെ വേരുകൾ പടർന്നു കയറുന്ന വഴികളും മുറിഞ്ഞവസാനിക്കുന്ന ഇടങ്ങളും രോഗിക്കു മനസ്സിലാക്കിക്കൊടുക്കുക എന്ന രീതിയായിരുന്നു അത്. ശാപം പോലെ പേറിനടക്കേണ്ട ഒന്നല്ല അബോധമനസ്സ് എന്നും പകരം പൊരുത്തപ്പെട്ട് ഉൾക്കൊള്ളേണ്ട സത്യങ്ങളാണ് എന്നും ലകാൻ തറപ്പിച്ചു പറഞ്ഞു.

പ്രസിദ്ധമായ ആ തിരിച്ചുപോക്കിന് ഉപയോഗിച്ച വഴികളായിരിക്കാം അജ്ഞാതമായിരുന്ന ഉൾദ്വീപുകളിലെത്താൻ ലകാൻ തിയറിയെ സഹായിച്ചത്. പരമ്പരാഗത സൈക്കോളജിസ്റ്റുകൾ ഉപയോഗിക്കാത്ത വഴികളായിരുന്നു അവ. സൊസ്യൂറിയൻ ലിംഗ്വിസ്റ്റിക്സും, ലെവിസ്ട്രാസിന്റെ സ്ട്രക്ചറൽ ആന്ത്രോപ്പോളജിയും ഗണിതശാസ്ത്രത്തിലെ സെറ്റ് തിയറിയുമെല്ലാം അതിലുൾപ്പെടുന്നു. മൗലികമായ പല നിരീക്ഷണങ്ങളിലുമെത്താൻ ലകാനു കഴിഞ്ഞതും അതുകൊണ്ടാണ്. റിയൽ,സിംബോളിക് ,ഇമേജിനറി എന്നീ റജിസ്റ്ററുകൾ വലിയ അപരം എന്നിവയെക്കുറിച്ചുള്ള പ്രകടമായ പരാമർശങ്ങൾ ഒന്നും തന്നെ ഫ്രോയിഡിയൻ തിയറിയിലില്ല. ലകാനിയനിൽ അവയ്ക്കുള്ള സ്ഥാനമെന്താണെന്നു നാം നേരത്തെ കണ്ടതാണല്ലോ.

വലിയ അപരത്തെക്കുറിച്ചുള്ള ചർച്ചയ്ക്കിടയിൽ സിഷെക് നടത്തുന്ന രസകരമായ ഒരു നിരീക്ഷണമുണ്ട്. മെക്സിക്കൻ സോപ് ഓപറകളുടെ ഷൂട്ടിംഗ് വളരെ തിരക്ക്പിടിച്ച ഷെഡ്യൂളിലാണ് നടക്കാറ്. ദിവസേന ദൈർഘ്യമേറിയ എപ്പിസോഡുകൾ ഷൂട്ട് ചെയ്യേണ്ടതിനാൽ നടീനടന്മാർക്ക് മുൻകൂട്ടി സ്ക്രിപ്റ്റ് വായിച്ചു പഠിക്കാൻ വേണ്ട സമയമൊന്നും ലഭിച്ചെന്നു വരില്ല. ഈ കുറവ് പരിഹരിക്കുന്നതെങ്ങനെയെന്നല്ലേ. അഭിനയിക്കുന്നവരുടെ ചെവിയിൽ ഒരു ചെറിയ മൈക്രോഫോൺ ഘടിപ്പിച്ചിട്ടുണ്ടാകും. എന്തു പറയണമെന്നും എന്തു ചെയ്യണമെന്നും ദൂരെ നിന്നു സംവിധായകൻ പറഞ്ഞുകൊടുക്കും. അഭിനയിച്ചാൽ മാത്രം മതി. ഒരർത്ഥത്തിൽ നമ്മളു ചെയ്യുന്നതും ഇതു തന്നെയല്ലേ, പിൻവായനക്കാരൻ വലിയ അപരമാണെന്നു മാത്രം.

വലിയ അപരത്തിന്റെ കയ്യിലെ കളിപ്പാവകൾ മാത്രമാണോ നാം. ശക്തിഹീനരായ വെറും നിഴലുകൾ. വലിയ അപരത്തിന്റെ യഥാർത്ഥ റോൾ വ്യക്തമാകുക ലകാന്റെ മൂന്നു രജിസ്റ്ററുകൾ കൂടി ചേർത്തു വെക്കുമ്പോൾ മാത്രമാണ്. സിഷെക് അവയെ ചെസ്സുകളിയുമായി താരതമ്യം ചെയ്ത് വായിക്കുന്നുണ്ട്. കളിയിലെ നിയമങ്ങളും കരുക്കൾ നീക്കേണ്ട രീതിയുമെല്ലാം ചേർന്നതാണ് സിംബോളിക് തലം. എന്താണ് ഒരു കരു എന്ന ചോദ്യത്തിന്റെ ഉത്തരം അതെങ്ങനെ കളത്തിലൂടെ നിങ്ങുന്നു എന്നതാണ്. അനുവദനീയമായ ചലനമാണ് ഒരോ കരുവും എന്നു സാരം. അവയുടെ രൂപം ഇമേജിനറിയുടെ തലത്തിൽ വരുന്നതാണ്. രൂപത്തിൽ മാറ്റം വരുത്തിയും പേരുമാറ്റിയും

എന്നാൽ നിയമങ്ങൾ മാറ്റാതെ അതേ കളിതന്നെ തുടരാമല്ലോ, നഷ്ടപ്പെട്ടുപോയ ചില പീസുകൾക്കു പകരം മറ്റെന്തെങ്കിലും മാറ്റിവെച്ച് കളി തുടരാമല്ലോ. കാലാൾ കാവൽക്കാരനായതുകൊണ്ട് കളിമാറില്ലല്ലോ. കളിക്കാരുടെ പ്രതിഭയും അപ്രതീക്ഷിതമായ മാറ്റങ്ങളും വേഗതാവ്യത്യാസവും മറ്റു സാഹചര്യങ്ങളുമെല്ലാം ചേർന്നതാണ് റിയൽ.

വലിയ അപരം പ്രവർത്തിക്കുന്നത് സിംബോളിക് തലത്തിലാണ്. രണ്ടു പേർ തമ്മിലുള്ള സംഭാഷണത്തെക്കുറിച്ചു ചിന്തിച്ചാൽ ഇതു വ്യക്തമാകും. സംസാരത്തിനിടയിൽ നാം ചില നിയമങ്ങൾ അനുസരിക്കുന്നുണ്ട്. ഒന്നാമത്തേത് ഭാഷയുടെ വ്യാകരണ നിയമങ്ങളാണ്. അതുകൊണ്ടാണ് കേൾക്കുന്ന ആൾക്ക് അതു മനസ്സിലാകുന്നത്. അയാളും ആ സങ്കീർണ്ണനിയമങ്ങൾ പിന്തുടരുന്നുണ്ട് താനും. അതിനിടയിൽ അബോധമനസ്സിന്റെ ചില ഇടപെടലുകളും ഉണ്ടായേക്കാം. വാക്കുകൾകൊണ്ട് മുറിവേൽപ്പിക്കുവാൻ കഴിയുന്നതിലും ആഴത്തിൽ മൗനംകൊണ്ടു മുറിവേൽപ്പിക്കാൻ കഴിഞ്ഞേക്കാം. ധാർമ്മികബോധം, പ്രത്യയശാസ്ത്രങ്ങൾ, വിശ്വാസപ്രമാണങ്ങൾ ഇവയെല്ലാം സംസാരത്തെ നിയന്ത്രിക്കുന്നതും കാണാം. രണ്ടോ അതിലധികമോ വ്യക്തികൾ (ചെറിയ അപരങ്ങൾ)ക്കിടയിൽ ആശയവിനിമയം നടക്കുമ്പോഴും അന്തരീക്ഷത്തിൽ വലിയ അപരം നിറഞ്ഞു നില്ക്കുന്നുണ്ട്. ഏറ്റവും രഹസ്യസ്വഭാവത്തോടെ രണ്ടുപേർക്കിടയിൽ നടക്കുന്ന ലൈംഗിക ബന്ധത്തിനിടയൽപോലും ഏതോ ഒരപരനേത്രത്തെക്കുറിച്ചുള്ള ചിന്തയുണ്ട്. അതുകൊണ്ടു തന്നെ പ്രകടനപരതയുടെ ഒരംശം അവിടെയും കാണാം (sex is always minimally exhibitionist and relies on anothers gaze - Zizek). അരങ്ങിൽ നിറഞ്ഞാടിയ വേഷം അഴിച്ചു വെക്കാതെ എന്റെ അടുത്തു വരുമോ എന്നു ചോദിച്ച കാമുകിക്ക് ഈ വരികൾ എളുപ്പം മനസ്സിലായേക്കാം.

സിഷെകിനെ പോലുള്ള ചിന്തകരെ ആകർഷിച്ച നിർണ്ണായക വലിയ ഘടകം ലകാൻ തിയറിയിലെ ദാർശനിക വായനാസാധ്യതകൾ തന്നെയാണ്. ഒരു ചികിത്സാരീതി എന്നതിലുപരിയായി മനുഷ്യാസ്ഥിത്വത്തിന്റെ സംഘർഷങ്ങളെ നേരിട്ടു സംബോധന ചെയ്യുന്ന ഒരു ചിന്താപദ്ധതിയാക്കി സൈക്കോഅനാലിസിസിനെ മാറ്റാൻ കഴിഞ്ഞു എന്നുള്ളതാണ്. ലകാൻ അതിനുവേണ്ടി ഇറങ്ങി പുറപ്പെടുകയൊന്നുമായിരുന്നില്ല. തന്നിലെ അനാലിസ്റ്റിനെ നിരന്തരം പുതുക്കിയെടുക്കുക മാത്രമായിരുന്നു. ഇതിനു ലകാനെ സഹായിച്ചത് പരന്ന വായനയാണ്. വ്യത്യസ്ഥമായ വായനാനുഭവങ്ങൾ ലകാൻതിയറിക്കു നല്കിയ കരുത്ത് കനപ്പെട്ടതാണ്. അതുമാത്രമല്ല ലകാനിയൻ സൈക്കോഅനാലിസിസു തന്നെ ഒരു വായനയാണ്. മുന്നിലിരിക്കുന്ന ആളുകളുടെ വാക്കുകളിൽ നിന്നും മറ്റൊരു വായന സാധ്യമാക്കുകയാണ് ഒരനലിസ്റ്റ് ചെയ്യുന്നത്. അബോധമനസ്സിനെക്കുറിച്ചു പറയുമ്പോൾ ഈജിപ്ഷ്യൻ ലിപികളെക്കുറിച്ചുള്ള പരാമർശം നമ്മൾ കേട്ടതാണല്ലോ. ലകാന്റെ വരികൾ വായിക്കുക എന്നത് ദുഷ്കരമാണ്. വരികൾക്കിടയിൽ വായിക്കുക എന്നത് അതിലേറെ ദുഷ്കരമാണ്. എന്നാൽ അതിനായി ലകാനിലേക്കു മടങ്ങുക എന്നാണ് ഇരുപത്തൊന്നാം നൂറ്റാണ്ടിന്റ ആദ്യദശകങ്ങൾ നല്കുന്ന ദാർശനിക സൂചനകൾ.

വരും വരാതിരിക്കില്ല

സാമുവൽ ബെക്കറ്റിന്റെ ലോകപ്രസിദ്ധ നാടകമാണല്ലോ 'ഗോദോയെ കാത്ത്'. രണ്ടുപേർ, വ്ളാദിമെറും എസ്ട്രഗനും ഒരിക്കലും വരാത്ത ഗോദോയെ കാത്തിരിക്കുകയാണ്. ആരാണ് ഗോദോഎന്നോ എന്തിനാണ് കാത്തിരിക്കുന്നതെന്നോ അവർക്കറിയില്ല. കാത്തിരിക്കേണ്ട ഇടം അതു തന്നെയാണോ എന്നുമറിയില്ല. ചുരുക്കത്തിൽ അർത്ഥശൂന്യത നിറഞ്ഞുനില്ക്കുന്ന അന്തരീക്ഷത്തിലാണ് 'രംഗബോധമില്ലാത്ത' ആ കളി നടക്കുന്നത്. ഇനിയെന്ത് എന്ന ചോദ്യമാണ് സാധാരണയായി ഒരു നാടകത്തെ സംഘർഷഭരിതമായ സജീവതയാക്കി നിർത്തുന്നത്. എന്നാൽ ഇവിടെ ഒന്നും നടക്കുന്നില്ല എന്നതാണു സത്യം. അവർക്കൊന്നും ചെയ്യാനുമില്ല. എല്ലാം അവസാനിപ്പിച്ച് പോകാനും കഴിയില്ല. കാരണം അവർ 'ഗോദോയെ കാത്തിരിക്കുകയാണ്.'

അവർ രണ്ടു പേരും നാടോടികളാണ്. കാത്തിരിക്കുന്നത് വഴിയരികിൽ ഇലകളെല്ലാം കൊഴിഞ്ഞുപോയ ഒരു

മരത്തിനടുത്തും. രണ്ടു കഥാപാത്രങ്ങൾ കൂടി വരുന്നുണ്ട് അരങ്ങിൽ. ലക്കി എന്ന പരിചാരകനും പൊസോ എന്ന യജമാനനും, ലക്കിയുടെ കഴുത്തിൽ ഒരു കയർ കുരുക്കി യിട്ടിട്ടുണ്ട്. അതിന്റെ മറ്റേ അറ്റം പൊസോയുടെ കൈയി ലാണ്. അവരുടെ വരവും വിരസമായ ആ അന്തരീക്ഷ ത്തിന് ഒരു മാറ്റവുമുണ്ടാക്കുന്നില്ല. പൊള്ളയായ വാക്കു കളും അർത്ഥശൂന്യമായ ചലനങ്ങളും മാത്രം. ഇടയ്ക്ക് രംഗ ത്തെത്തുന്ന ഒരു കുട്ടി വ്ളാദിമറോടു പറയുന്നുണ്ട് 'ഇന്നു ഗോദോ വരില്ല, നാളെ തീർച്ചയായുമെത്തും.' ഒടുവിൽ ഒന്നും സംഭവിക്കാതെ തന്നെ കർട്ടൻ വീഴുകയും ചെയ്യുന്നു.

അവർ കാത്തിരിക്കുന്ന ഗോദോ ഒരു സൂചിതമാണ്. സൂചകം തിരയുന്ന സൂചിതം. അഭിലാഷങ്ങളെക്കുറിച്ച് ലകാനിയൻ തിയറി നല്കുന്ന വ്യാഖ്യാനവും അതു തന്നെ യാണല്ലോ. ഒരു സാക്ഷാത്കാരം എന്നും അകന്നു തന്നെ നില്ക്കുന്ന അവസ്ഥ. പുതിയ കാറു വാങ്ങി രണ്ടു മൂന്നു ദിവസം അതിനു ചുറ്റും മനസ്സുകൊണ്ട് തേച്ചും മിനുക്കിയും നടക്കും. പിന്നെ എല്ലാം പഴയതിലേക്കു തിരിച്ചു പോകും ആവശ്യ ങ്ങൾ നിറവേറിക്കഴിഞ്ഞാലും പൂർണ്ണമാവാത്ത ആ ശൂ ന്യത പിന്നെയും ബാക്കിയാവും. 'എല്ലാവർക്കുമറിയാം ഗോദോ വരില്ലെന്ന്, കാരണം ഒന്നുമില്ലായ്മയെ സൂചിപ്പി ക്കുന്ന ഒരു പേരു മാത്രമാണത്.' സിഷെകിന്റെ വാക്കുക ളാണിവ.

ഭാഷയിലും അതുവഴി സ്വത്വബോധത്തിലുമുള്ള അസാധാരണമായ ഒരു വിള്ളലിനരികിൽ കാണിക ളെ എത്തിച്ച് ഒരു പൂർണ്ണത അസാധ്യമാണെന്ന് പറയു കയാണ് നാടകകൃത്ത് ചെയ്യുന്നത്. അർത്ഥശൂന്യമെന്നും

അസംബന്ധമെന്നും ഒക്കെയുള്ള വിലയിരുത്തൽ കാഴ്ച ക്കാരന്റെ അല്ലെങ്കിൽ വായനക്കാരന്റെ ബോധമന സ്സ കാണിക്കുന്ന ഒരു പ്രതിരോധതന്ത്രം മാത്രമാണ്. അല്ലായിരുന്നെങ്കിൽ സ്റ്റേജിനു മുമ്പിലിരുന്നു കരഞ്ഞു പോയേനെ നമ്മൾ. അവരുടെ ഭാഷയിൽ ഈ നാടകം കണ്ട ആഫ്രിക്കയിലെ ഒരു ഗ്രാമനിവാസികളിൽ ഒട്ടുമി ക്കപേരും കളി കഴിഞ്ഞപ്പോൾ ഇരുന്നു കരയുകയായി രുന്നു എന്ന് എവിടെയൊ വായിച്ചതോർത്തുപോകുന്നു.

നാടകത്തിലെ പ്രധാനകഥാപാത്രങ്ങളായ ആ രണ്ടു നാടോടികളും യഥാർത്ഥത്തിൽ രണ്ടു പേരാണോ അതോ ഒരാളുടെ തന്നെ രണ്ടു ഭാവങ്ങളാണോ എന്ന ചോദ്യം സ്വാഭാവികമാണ്. ഒരാൾ തന്റെ അസ്ഥിത്വത്തി ന്റെ ദാർശനിക ന്യായീകരണം കണ്ടെത്തുന്നത് അപരനി ലാണ്. അതുകൊണ്ടുതന്നെ ഈഗോയിൽ നിന്നും പൂർ ണ്ണ വ്യക്തിബോധത്തിലേക്കുള്ള വളർച്ചയ്ക്കിടയിൽ സിം ബോളിക് തലത്തിൽ സംഭവിക്കുന്ന ഒരു പിളർപ്പിന്റെ രണ്ടു പകുതികളാവാം വ്ളാദിമറും എസ്ത്രഗനും.

ലകാനിയൻ ഇമേജിനറി പ്രതിരൂപങ്ങളുടെയും താദാ ത്മ്യങ്ങളുടെയും മണ്ഡലമാണല്ലോ. ഭാവന എന്ന പരമ്പരാ ഗത ദാർശനിക പരികല്പനയുടെ മനുഷ്യത്വവിരുദ്ധമായ ഒരു വ്യാഖ്യാനമാണ് ലകാന്റെ ഇമേജിനറി എന്നു പറയാ റുണ്ട്. ഒരേ സമയം തന്റെ ഇരട്ടയുമായുള്ള താദാത്മ്യവും അന്യവത്കരണവും എന്ന വൈരുദ്ധ്യാത്മകതയാണ് വ്യ ക്തിസത്ത. 'ചിന്തിക്കുന്ന ജീവി' എന്ന കാർട്ടീഷ്യൻ വീക്ഷ ണത്തിൽ ഒറ്റപ്പെട്ടുനിന്നു ചിന്തിക്കുന്ന എന്ന ഒരു ധ്വനി അടങ്ങിയിട്ടുണ്ട്. എന്നാൽ ഈ പുറന്തോട് ഭാഷയുടെ

സാർവ്വലൗകികതകൊണ്ട് പൊട്ടിച്ച കളയുകയായിരുന്നു ലകാൻ. അപ്പോൾ തെളിയുന്നത് (മഹാനായ എഴുത്തുകാരൻ ഒ. വി. വിജയന്റെ ശൈലി ക്ഷമാപണത്തോടെ കടമെടുത്തു പറഞ്ഞാൽ) കർമ്മപരമ്പരയുടെ സ്നേഹരഹിതമായ ദർശനമാണ്. ഇമേജിനറിയുടെ തലത്തിൽ രൂപപ്പെട്ട തന്റെ ഇരട്ടയുമായുള്ള നാർസിസ്റ്റിക് തദാതമ്യത്തിലൂടെയും തികച്ചും വിരുദ്ധമായ അന്യവത്കരണത്തിലൂടെയും പൂർണ്ണത നേടാൻ ശ്രമിക്കുന്ന ജീവി എന്ന ലകാനിയൻ തിയറി ദെകാർതെയെ തിരുത്തുന്നു. സിംബോളിക് തലത്തിൽ സംഭവിക്കേണ്ട ആ പ്രക്രിയയുടെ പ്രതീകമായും ഗോദോയെ വായിക്കാം ('നമുക്കു പോയാലോ'/ 'അതു കഴിയില്ല'/ 'എന്തുകൊണ്ട്''/'നമ്മൾ ഗോദോയെ കാത്തിരിക്കുകയാണ്.' ഗോദോയെ കാത്ത്.).

ഒരു ദാർശനികനെന്ന നിലയിൽ ലകാന്റെ പേരിനോട് ചേർക്കപ്പെടുന്ന പല വിശേഷണങ്ങളിൽ ഒന്നാണ് പോസ്റ്റ്സ്ട്രക്ചറലിസ്റ്റ് എന്നത്. സമാനചിന്താഗതിക്കാരായ ദാർശനികരെ പോലെ ലകാനും വ്യക്തിസത്തയുടെ ആന്തരികഘടനയിലെ വൈരുദ്ധ്യങ്ങളെ അഭിസംബോധന ചെയ്യാൻ ഇഷ്ടപ്പെട്ടിരുന്നു. ഈ ഘടന ഒരേ സമയം സ്ഥിരവും അസ്ഥിരവുമാണ്. യാഥാർത്ഥ്യവും മിഥ്യയും കൂടിക്കലർന്നതാണ്. ഒരു മധ്യസ്ഥിതി സാധ്യമല്ല എന്ന അരിസ്റ്റോട്ടിലിയൻ ലോജിക് (law of excluded middle) തള്ളിക്കളയുകയാണ് പോസ്റ്റ്സ്ട്രക്ച്ചറലിസ്റ്റുകൾ ചെയ്യുന്നത്. ഒന്നുകിൽ 'എ' എന്ന അവസ്ഥ അല്ലെങ്കിൽ 'എ'യുടെ നിഷേധം. ഇതു രണ്ടും കൂടി ഒരുമിച്ച സംഭവിക്കില്ല എന്നതാണ് ആ പഴയ ലോജിക്ക്. സോക്രട്ടീസ് നശ്വരനാണ് , അല്ലെങ്കിൽ അനശ്വരനാണ് ഇതിൽ

ഒന്നു മാത്രമാണ് ശരി. രണ്ടും ഒരുമിച്ച് ശരിയാവുകയില്ല. ഒരുമിച്ച് തെറ്റുകയുമില്ല. ഈയൊരു മുൻവ്യവസ്ഥയിൽ ഊന്നിയാണ് അരിസ്റ്റോട്ടിലിയൻ സിലോജിസം നില നില്ക്കുന്നത്. ('എ 'എന്നത് 'ബി' യും 'ബി' എന്നത് 'സി'യുമാ യാൽ 'എ' 'സി' ആയിരിക്കും) എന്നാൽ ഉത്തരാധുനി കത ഈ ചിന്താരീതി തന്നെ തള്ളിക്കളയുന്നു. ഒരു ലോ ജിക്കൽ പദ്ധതിക്കകത്ത് ഒരേ സമയം ശരിയാവുകയും എന്നാൽ തെറ്റുകയും ചെയ്യുന്ന ഒരു വസ്തുത യുക്തിഭദ്രമാ യി തന്നെ രൂപപ്പെടുത്താൻ കഴിയും എന്ന ഗോദലിന്റെ (kurt Godel) കണ്ടെത്തൽ അവർക്ക് ഊർജ്ജം പക രുന്നതാണ്. (വൈകുന്നേരങ്ങളിൽ കുശലം പറഞ്ഞും തർ ക്കിച്ചും ഐൻസ്റ്റയിനുമൊപ്പം നടക്കുന്ന ഗോദൽ പ്രിൻ സ്റ്റണിലെ പതിവു കാഴ്ചയായിരുന്നു. മാത്രവുമല്ല ആ സൗഹൃദം ഐൻസ്റ്റയിൻ വല്ലാതെ ഇഷ്ടപ്പെടുകയും ചെ യ്തിരുന്നു. എല്ലാ അർത്ഥത്തിലും 'ഐൻസ്റ്റയിനുമൊപ്പം നടന്നയാളാണ്' ഗണിതജ്ഞനും ദാർശനികമാനുമായ ഗോദൽ). ഏതു സത്യത്തിന്റെ വിപരീതമാണോ മറ്റൊ രു വലിയ സത്യമാകുന്നത് അതായിരിക്കും മഹത്തായ സത്യം എന്നെഴുതിയത് പ്രസിദ്ധനായ ആണവശാസ്ത്ര ജ്ഞൻ ബൊഹ്റാണ് (A great truth is a truth whose opposite is also a great truth- Niels Bohr). ഈ ആശയങ്ങളെല്ലാം ഇഴ ചേർന്ന ആ പോസ്റ്റ്സ്ട്രക്ച്ച റൽ 'ബാധ' ലകാനെയും പിടികൂടിയിരുന്നു. വ്യക്തിസത്ത യെക്കുറിച്ചുള്ള ലകാനിയൻ തിയറിയിൽ അതിന്റെ സ്വാ ധീനം തെളിഞ്ഞു കാണാവുന്നതുമാണ്.

ലകാനിയൻ തിയറിയിൽ വ്യക്തിബോധം അതിസ ങ്കീർണ്ണമായ ഒരു വസ്തുതയാണ്. അർത്ഥപൂർണ്ണമായ

ഒരു ഉണ്മ അന്യമാണ് എന്നു തോന്നിപ്പിക്കുന്നത് പ്രതി രൂപവുമായുള്ള നാർസിസ്റ്റിക്ക് താദാത്മ്യവും അതോടൊപ്പം നടക്കുന്ന അന്യവത്കരണവും കുറുകെ രണ്ടായി പിളർന്ന ഒരു സ്വത്വമാണ് സിംബോളിക് തലത്തിൽ സൃഷ്ടിക്കുന്നത്. എന്നും പൂർണ്ണത തേടിക്കൊണ്ടേയിരിക്കുന്ന വല്ലാത്തൊരപൂർണ്ണത. സ്വത്വബോധത്തിലെ പിളർപ്പിന്റെ ഒരു പകുതി ബോധത്തിലും മറുപകുതി അബോധത്തിലുമാണ്. ഈയൊരു വിടവ് തുന്നിച്ചേർക്കാനുള്ള ശ്രമമാണ് ഭാഷണം. അതോടെയാണ് അബോധത്തിന്റെ ഘടന രൂപം കൊള്ളുന്നതും. എന്നാൽ ഭാഷയുടെ സാർവ്വലൗകികത ആ ആവിഷ്കാരത്തിന് ഒരു സാമൂഹികമാനം നല്കുന്നു. അങ്ങനെ ആവിഷ്കരിക്കപ്പെടുന്നത് ഫ്രോയിഡിയൻ ശൈലിയിലുള്ള ഈഗോ അല്ല അരങ്ങിലേക്കെന്നോണം കെട്ടിയിറങ്ങുന്ന ഒരു 'വേഷ'മാണ്. മഹാനായ ദാർശനികൻ ഹെഡിഗർ നിരീക്ഷിക്കുന്നതുപോലെ ഒരാശയവും ആവാം അത്. വെറും ആശയമല്ല അബോധത്തിൽ നിന്നും ബോധത്തിലേക്ക് വിവർത്തനം ചെയ്യപ്പെട്ട ആശയം.

ഇനിയൊരിത്തിരി വിമർശനമായാലോ. ദെലൂസെ (Gilles Deleuze) , ഗ്വറ്റാരി (Fellix Guattari) എന്നീ ചിന്തകർ ചേർന്നെഴുതിയ പ്രസിദ്ധമായ ഒരു ഗ്രന്ഥത്തിന്റെ പേര് ആന്റി എയ്ഡിപസ് (Anti-Oedipus) എന്നാണ്. പേരിന്റെ ഒരു ചുരുക്കമാണിത്. മുഴുവൻ പേര് ആന്റി എയ്ഡിപസ് ,ക്യാപ്പിറ്റലിസവും സ്കിസോഫ്രിനിയയും എന്നാണ് ഫ്രോയിഡിയൻ സൈക്കോ അനാലിസിസും ലകാനിയൻ തിയറിയും വിമർശന വിധേയമാക്കുന്ന ഒരു പഠനമാണ് ഈ കൃതി.

ആഗ്രഹങ്ങളെക്കുറിച്ചുള്ള പഠനം ലകാനിയൻ തിയറിയിൽ ഏറെ പ്രാധാന്യമുള്ളതാണെന്ന് നാം നേരത്തെ മനസ്സിലാക്കിയതാണല്ലോ. ദെല്യൂസെഗ്വറ്റാരിയൻ ആക്രമണങ്ങളിലൊന്ന് കൃത്യമായും ഈ കേന്ദ്രത്തെ ലക്ഷ്യം വെച്ചുതന്നെയാണ്. രണ്ടു സ്രോതസ്സുകളെ ആസ്പദമാക്കിയാണ് ലകാന്റെ ഈ ദിശയിലുള്ള നിരീക്ഷണങ്ങൾ രൂപം കൊണ്ടത്. ആഗ്രഹങ്ങൾ കേവലവും യാന്ത്രികവുമായി സൃഷ്ടിക്കപ്പെടുന്ന ഒരു ഇടം. ഈ സൃഷ്ടി ചെറിയ അപരത്തിന്റെ മണ്ഡലത്തിൽ നടക്കുന്നതാണ്. രണ്ടാമത്തേത് വലിയ അപരവുമായി ബന്ധപ്പെട്ടതാണ്. അതായത് 'ഒബ്ജെ പെറ്റി ആ' യുമായി ബന്ധപ്പെട്ടത്. ഒരു അപര്യാപ്തതയോ ഇല്ലായ്മയോ ആണ് ആഗ്രഹങ്ങളിലേക്കു നയിക്കുന്നത് എന്ന ലകാന്റെ പ്രസിദ്ധമായ നിരീക്ഷണം പ്രസക്തമാവുന്നതും ഇവിടെയാണ്. ഈ രണ്ടു ധ്രുവങ്ങൾക്കുമിടയിൽ ലകാന് ഒരു ചാഞ്ചാട്ടമോ ഇടർച്ചയോ സംഭവിക്കുന്നതായി ദെല്യൂസെയും ഗ്വറ്റാരിയും എടുത്തു പറയുന്നു. സൂചകങ്ങളുടെ ശൃംഖല എന്ന മാതൃകയിൽ അവർ കാണുന്നത് ഒരു നിഷേധാത്മകതയാണ്. സൂചകങ്ങളൊന്നും വേറിട്ടു നിന്നുകൊണ്ട് ഒരു സൂചിതത്തെയും പ്രതിഫലിപ്പിക്കുന്നില്ല. മാത്രവുമല്ല സൂചകങ്ങളുടെ ശൃംഖല നയിക്കുന്നത് ഒരു അപര്യാപ്തതയിലേക്കോ ഒന്നുമില്ലായ്മയിലേക്കോ ആണു താനും. തികച്ചും നെഗറ്റീവായൊരു തിയറി എന്ന വിമർശനം പ്രസക്തമാവുന്നത് അവിടെയാണ്.

ലകാനിയൻ തിയറിയുടെ ഒരു വിമർശനവായനയാണ് ആന്റി എയ്ഡിപസെങ്കിലും അതു സൈക്കോഅനാലിസിസിനെ പൂർണ്ണമായി തള്ളിക്കളയുന്നില്ല. മാത്രവുമല്ല ദെല്യൂസെ ഒരു ലകാനിയനാണ്. എന്നാൽ ഒരു തികഞ്ഞ

അനുഗാമിയായിരുന്നില്ല. എന്തും ഉപ്പ തൊടാതെ വിഴുങ്ങു ന്ന വിശ്വാസിയുമായിരുന്നില്ല. സൈക്കോഅനാലിസിസി ന് ആന്റി എയ്ഡിപസ് നിർദ്ദേശിക്കുന്ന ഒരു ബദലുണ്ട് 'സ്കിസോ അനാലിസിസ്" എന്നാണ് അത് അറിയപ്പെ ടുന്നത്. കുറെക്കൂടി നിർണ്ണയ സ്വഭാവമുള്ള അപഗ്രഥനരീ തിയാണത്. ആന്റി എയ്ഡിപസ് ലകാൻ ശ്രദ്ധയോടെ വായിച്ചിരുന്നു എന്നാണു മനസ്സിലാവുന്നത്. അവസാന കാലത്തെ ചില സെമിനാറുകളിൽ അതിന്റെ സ്വാധീനം കാണാമെന്ന് കരുതുന്നവരുമുണ്ട്. എങ്കിലും അത്ര വലിയ പ്രതികരണമൊന്നും ലകാന്റെ ഭാഗത്തു നിന്നും ഉണ്ടായി ല്ല എന്നതാണു ശരി. എന്നാൽ ആന്റി എയ്ഡിപസ് നി ശിതമായി വായിച്ചത് സിഷെക് ആണ്. സിഷെകിന്റെ 'Organs without Bodies' എന്ന പുസ്തകത്തിലാണ് ആ വിമർശന വായനയുള്ളത്. ഉള്ളടക്കത്തിന്റെ കാൽ ഭാഗം ദെല്യൂസെയ്ക്കു വേണ്ടി മാറ്റിവെച്ചിരിക്കുകയാണ്. ബാ ക്കിയുള്ള ഭാഗം സിഷെകിന്റെ ശ്രദ്ധേയമായ നിരീക്ഷണ ങ്ങളാണ്. പുസ്തകത്തിന്റെ ശീർഷകത്തെക്കുറിച്ച് പറയാ തെ വയ്യ. എത്ര ഉപേക്ഷിച്ചാലും ഒന്നു തിരിഞ്ഞുനോക്കാൻ പ്രേരിപ്പിക്കുന്ന വല്ലാത്തൊരു വശ്യതയുണ്ട് സൈക്കോ അനാലിസിസിന്. ആ വശ്യതയുടെ അംശം സിഷെകി ന്റെ ശീർഷകത്തിനുമുണ്ട്. ഉള്ളടക്കത്തിലേക്കു കടക്കുന്നി ല്ല. അല്ലെങ്കിലും രണ്ടു വലിയ ദാർശനികരുടെ ഇടയിൽ നില്ക്കുക എന്നത് അത്ര സുഖമുള്ള കാര്യവുമല്ലല്ലോ നമുക്കി ത്തിരി മാറി നില്ക്കാം.

ക്ഷമിക്കണം, താങ്കൾ നിരീക്ഷണത്തിലാണ്

ആർത്തലയടിച്ചുയരുന്ന തിരമാലകൾ തലതല്ലി തിരിച്ചു പോകുന്ന ജിബ്രാൾട്ടർ പാറ. ലകാന്റെ റിയലിനെ കുറിച്ചെഴുതുമ്പോൾ ആരുടെ കല്പനയായിരുന്നു ഇതെന്നോർക്കുന്നില്ല. ഒന്നു സത്യമാണ് വല്ലാത്തൊരു തലയെടുപ്പുണ്ട് ലകാനിയൻ റിയലിന്. വേറിട്ടു നില്ക്കുന്ന ഒരു ദാർശനിക ഗൗരവവും എത്രപറഞ്ഞിട്ടും എന്തോ പറയാൻ ബാക്കിയായതുപോലെ ഒരു തോന്നൽ; വാക്കുകളിൽ നിന്നും എന്തൊക്കെയോ വഴുതിമാറി പോയതുപോലെയുള്ള ഒരവസ്ഥ, ഒരർത്ഥത്തിൽ അതു തന്നെയാണല്ലോ റിയൽ. ഒരേ സമയം വാക്കുകൾക്ക് അപ്പുറവും ഇപ്പുറവുമാണത്. അനാലിസിസിന്റെ അതിരുകളെ പറ്റി ചിന്തിക്കാൻ പ്രേരിപ്പിക്കുന്നത് എന്നു ലകാൻ തന്നെ പറയുന്നുമുണ്ട്.

സിംബോളിക് തലത്തിൽ ആവിഷ്കരിക്കാൻ ശ്രമിക്കുമ്പോൾ എന്തൊക്കെയോ നഷ്ടപ്പെടുന്നതായി

സ്വത്വബോധം തിരിച്ചറിയുന്നിടത്താണ് റിയൽ തുടങ്ങുന്നത്. ഈ പരിമിതിയുടെ സൂചിതമാണ് 'ഒബ്ജെ പെറ്റി അ'. ബോധത്തിലും ചിന്തയിലും തന്നെ വരച്ചിടാനുള്ള മോഹം ഒരതിഭൗതികതലത്തിലേക്കു വളരുന്നതാണു റിയൽ. ഫ്രോയിഡിനെ അതിസൂക്ഷ്മമായി വായിച്ചിട്ടാണ് ലകാൻ റിയലിലെത്തിയത്. വിശേഷിച്ചും 'ഡെത്ത് ഡ്രൈവ്' എന്ന ആശയം. തികച്ചും വിപരീതമായ അർഥതലത്തിലാണ് അനാലിസിസിൽ ആ പദം അതിന്റെ ധർമ്മം നിറവേറ്റുന്നത്. 'ചത്തു കളഞ്ഞാൽ മതി' എന്ന തോന്നലല്ല അത് ജീവിക്കാനുള്ള ഒടുങ്ങാത്ത ദാഹമാണ്. ജനിമൃതികളുടെ ജൈവപാശങ്ങൾ മറികടക്കാനുള്ള വ്യഗ്രതയാണ്. വംശാവലിയുടെ മഹാശൃംഖലയിൽ കണ്ണിചേരാനുള്ള ആദിമ ദാഹമാണ്.

ഫ്രോയിഡിനെ മാത്രമല്ല ഒട്ടനവധി ചിന്തകരെ ശ്രദ്ധാപൂർവ്വം വായിച്ചതിന്റെ ഫലമായിട്ടാണ് ലകാന്റെ നിരീക്ഷണങ്ങൾക്ക് ഈ ദാർശനിക തീക്ഷ്ണത കൈവന്നത്. അവയിൽ എടുത്തു പറയേണ്ട പേര് ഹെഗലിന്റേതാണ്. നാർസിസിസം, പ്രണയം, അസൂയ എന്നിവയെക്കുറിച്ചുള്ള നിരീക്ഷണങ്ങളിലും ആഗ്രഹങ്ങളെക്കുറിച്ചുള്ള തിയറിയിലും സൂചകങ്ങളുടെ ലോജിക്കിലും ആ സ്വാധീനം തെളിഞ്ഞു കാണാം. എങ്കിലും ചരിത്രത്തിന്റെ അഗാധനീലിമ ഉള്ളിൽ അലിഞ്ഞു ചേർന്നിട്ടില്ലെങ്കിൽ ഒരു തിയറിയും കരുത്തുള്ളതാവില്ല എന്നു ലകാൻ ഉറച്ചു വിശ്വസിച്ചിരുന്നു. ദാർശനിക ഗ്രന്ഥങ്ങളിൽ നിന്നും ആശയങ്ങൾ സ്വീകരിക്കുമ്പോൾ തന്റെ നിരീക്ഷണങ്ങൾക്കു മാറ്റു കൂട്ടുക എന്ന ലക്ഷ്യം മാത്രമായിരുന്നില്ല ആ മനസ്സിൽ, പകരം

ആശയങ്ങൾ ഓരോന്നും ആ ചിന്താധാരയുടെ ജീവസ്സും ഓജസ്സുമായി പരിണമിച്ചു ചേരുകയായിരുന്നു.

ലകാൻ ഒരു ആന്റിഫിലോസഫറാണെന്നു തറപ്പിച്ചു പറഞ്ഞത് ബാദിയോ (Alain Badiou) ആണ്. 1937-ൽ ജനിച്ച ഫ്രഞ്ചു ദാർശനികനായ ബാദിയോ ആധുനിക ചിന്തകരിൽ ഏറെ ശ്രദ്ധിക്കപ്പെടുന്ന വ്യക്തിയാണ്. രണ്ടു വാല്യങ്ങളായി പുറത്തിറങ്ങിയ ബാദിയോയുടെ Being and Event ഒരു മികച്ച കൃതിയായി വിലയിരുത്തപ്പെടുന്നു. ബാദിയോയുടെ ശ്രദ്ധ ലകാനിലേക്കു തിരിച്ചുവിട്ടത് ലൂയി അൽത്തൂസറാണ്. ബാദിയോയുടെ ദാർശനിക ജീവിതത്തിന്റെ ആദ്യകാലങ്ങളിലായിരുന്നു അത്. പിന്നീടുള്ള ആ ചിന്തകന്റെ ജീവിതത്തിലുടനീളം ലകാനിയൻ സ്വാധീനമുണ്ട്താനും.

നീഷെയെ (Friedrich Nietzsche) പോലെയും വിറ്റ്ജൻസ്റ്റീനെ (Ludwig wittgenstein) പോലെയും ഒരു ആന്റി ഫിലോസഫറായിട്ടാണ് ലകാനെയും ബാദിയോ കാണുന്നത്. ഫിലോസഫിയിലെ തന്നെ ഒരു ആന്തരിക സംഘർഷമാണ് ആന്റി ഫിലോസഫിക്കു കാരണമാകുന്നത്. ഫിലോസഫിയെ ഒരു 'മഹാഭാഷണമായി' (master discourse) കാണാൻ ഇഷ്ടപ്പെടാത്ത ഒരു കൂട്ടം ചിന്തകരിലൂടെ രൂപപ്പെടുന്നത് യാഥാർത്ഥ്യത്തിന്റെ നേർവ്യാഖ്യാനം എന്ന പട്ടമൊന്നും ഫിലോസഫിക്കു വേണ്ട എന്നു ശഠിക്കുന്നവരാണവർ. വ്യാഖ്യാനങ്ങളിലും നിരീക്ഷണങ്ങളിലും പൂർണ്ണമായി ഒതുങ്ങാത്ത ചില സത്യങ്ങൾ എന്നും ബാക്കിയാവുന്നു എന്ന് ഇടയ്ക്കിടെ ഓർമ്മിപ്പിച്ച് ഉറക്കം കെടുത്തുന്നവരാണവർ. പറയാനാവാത്ത കാര്യങ്ങളുണ്ടെന്ന്

പറയുന്നവർ. വലിയ ബിംബങ്ങളുടെ കാലം കഴിഞ്ഞെന്നു വിശ്വസിക്കുകയും ശിഥിലരൂപങ്ങളിൽ വിശ്വാസമർപ്പിക്കുകയും ചെയ്യുന്നവരാണവർ. ലകാൻ തിയറിയിലെ 'മെത്തീം' (matheme) എന്ന ആശയം സത്യാന്വേഷണത്തിന്റെ വഴിയിൽ അവർക്കു കൂട്ടാവുന്നത് അതുകൊണ്ടാണ്.

ഗണിതത്തിന്റ അതിരുകൾക്കപ്പുറത്തുള്ള അമൂർത്ത യാഥാർത്ഥ്യങ്ങളെ ഓർമ്മിപ്പിക്കുന്നതാണ് മെത്തീം. ഗണിതത്തിന്റെ പരിമിതികളെ മറികടക്കാനുള്ള ശ്രമം എന്നും പറയാം. നിർവ്വചനങ്ങളും സൂചകങ്ങളും ചില അടിസ്ഥാന വസ്തുതകളും ചേർന്ന ഒരു ഘടനയ്ക്കകത്ത് നിന്നുകൊണ്ട് സത്യമന്വേഷിക്കുന്ന രീതിയാണല്ലോ ഗണിതത്തിന്റേത്. ലളിതമായ ഒരു മാതൃകയിലൂടെ അതു വിശദമാക്കാം. ബസ്സിന് കൈ കാണിക്കുന്നതിനെക്കുറിച്ച് ചിന്തിച്ചാൽ മതി. എന്തുകൊണ്ട് കൈ എന്ന ചോദ്യത്തിന് പ്രസക്തിയില്ലല്ലോ. ആ ചിഹ്നത്തിൽ 'എന്നെക്കൂടി' എന്ന അപേക്ഷയുണ്ട്. 'പണം നല്കിക്കൊള്ളാം' എന്ന ഉടമ്പടിയുണ്ട്. അകത്ത് പാലിക്കേണ്ട മര്യാദകളുടെ ബോധ്യപ്പെടലുണ്ട്. ഈ സമ്പ്രദായം ഇല്ലാത്തിടത്തു നിന്നു വരുന്ന ഒരാൾക്ക് അതൊരു ഗോഷ്ടി മാത്രമായിട്ടേ തോന്നുകയുള്ളൂ.

ലകാനിയൻ തിയറിയിലേക്കു വരുമ്പോൾ ചിഹ്നങ്ങളും പ്രതീകങ്ങളും ഉപയോഗിച്ച് വിനിമയത്തിന്റെ പുതിയ വാതായനങ്ങൾ കണ്ടെത്തുന്ന ഒരു രീതിയായി ഇതിനെ കാണാം. ഫാന്റസിയുടെ ലകാനിയൻ മെത്തീം ഉദാഹരണമായെടുക്കാം. അതിങ്ങനെയാണ് '$ < > a.' ഇതിലെ ആദ്യത്തെ 'എസ്' എന്ന അക്ഷരം വ്യക്തിസത്തയെ

സൂചിപ്പിക്കുന്നു. കുറുകെയുള്ള വര ബോധത്തിലും അബോധത്തിലുമായി പിളർന്നു നില്ക്കുന്ന അവസ്ഥയെ കാണിക്കുന്നു. 'എ' എന്ന അക്ഷരം ചെറിയ അപരത്തെയാണ് സൂചിപ്പിക്കുന്നത് എന്നു പറയേണ്ടതില്ലല്ലോ. ഇടയ്ക്കുള്ള ചിഹ്നം അവയ്ക്കിടയിൽ നിറയുന്ന അസാധാരണമായൊരു സാമൂഹികമാനത്തെയും. ജീവിതത്തിൽ നിന്നും നഷ്ടമാകുന്ന എന്തോ 'ഒന്ന്' തിരിച്ചുപിടിക്കാനുള്ള ശ്രമമാണ് ഫാന്റസി. ഓരോ യാത്രയും ഒരു ഫാന്റസിയിലേക്കാണ് എന്നു പറയുന്നത് അതുകൊണ്ടാണ്. ടൂറിസത്തെക്കുറിച്ചുള്ള പഠനങ്ങളിൽ ഫാന്റസിയുടെ ലകാനിയൻ മെത്തീം കടന്നുവരുന്നത് അതിനാലാണ്. ചുരുക്കത്തിൽ ഓരോ മെത്തീമും ഒരു കാത്തിരിപ്പാണ്. വാക്കുകൾക്ക് അപ്പുറത്തുള്ള വലിയ സത്യത്തിനു വേണ്ടിയുള്ള കാത്തിരിപ്പ്. സാമുവൽ ബെക്കറ്റിന്റെ കഥാപാത്രങ്ങൾ ഗോദോയെ കാത്തിരുന്ന പോലെ.

കാഴ്ചപ്പാടുകളുടെ ലോകത്തു നിന്നും നമുക്ക് കാഴ്ചകളുടെ ലോകത്തിലേക്കു വരാം. അങ്ങനെയൊരു ബ്രെയ്ക്ക് നമുക്കാവശ്യമാണുതാനും. അതു മാത്രമല്ല കാഴ്ചകളുടെ ലോകത്തു ജീവിക്കുന്നവരാണു നാം. കാഴ്ചയ്ക്കു മുമ്പേ 'നോട്ട'ത്തെക്കുറിച്ചു പറയേണ്ടതുണ്ടല്ലോ. ലകാന്റെ പതിനൊന്നാമത്തെ സെമിനാറിലാണ് 'നോട്ടം' ചർച്ചാവിഷയമാകുന്നത്. ലകാന്റെ 'നോട്ടം' സാധാരണ അർത്ഥത്തിലല്ല. ഒരു വ്യക്തിയിലോ വസ്തുവിലോ ദൃഷ്ടിപതിയുന്നതല്ല. ലകാനിയൻ 'നോട്ടം' കുറച്ചുകൂടി സങ്കീർണ്ണമായ ഒന്നാണ്.

Being and Nothingness എന്ന വിഖ്യാതകൃതിയിൽ മഹാനായ ദാർശനികൻ സാർത്ര് (Jean Paul Satre)

എങ്ങനെയാണ് നോട്ടത്തെ കാണുന്നത് എന്ന് കൃത്യമായി ലകാൻ വിലയിരുത്തുന്നുണ്ട്. നോക്കുന്ന ആൾ, അപരൻ, അവർക്കിടയിൽ രൂപപ്പെടുന്ന വിനിമയബന്ധം ഇവ മൂന്നും ചേർന്നതാണ് ആ നോട്ടം. ഞാൻ നോക്കുന്ന ആൾ പലപ്പോഴും എന്നെ നോക്കുന്ന ആൾ കൂടിയായിരിക്കും. എന്നെ നോക്കുന്ന ആളെ അല്ലെങ്കിൽ എന്നെ നോക്കുമെന്ന് ഞാൻ പ്രതീക്ഷിക്കുന്ന ആളെയാണ് ഞാൻ നോക്കുന്നത്. നോട്ടം വെറും ദൃഷ്ടി പതിയലല്ല. കണ്ണെടുക്കാതെ നോക്കാറുണ്ടല്ലോ. എന്നാൽ കണ്ണെടുത്തും നോക്കാം കാൽപ്പെരുമാറ്റത്തിനു പിന്നാലെയുള്ള നിശബ്ദത, പാതിതുറന്ന ഷട്ടർ, കർട്ടനിലെ തിരയിളക്കം ഇവയെല്ലാം നോട്ടങ്ങളാണ്. ഇരയെ കാത്തിരിക്കുന്ന വേട്ടക്കാരന് ഇലയിളക്കം ഒരു നോട്ടമാണ്. കർട്ടനു പിന്നിൽ നിന്നും വരുന്ന വളകിലുക്കവും പാദസരത്തിന്റെ മണികിലുക്കവും ഹൃദ്യമായ നോട്ടങ്ങളാണ്. ഒരു തിരശ്ശീലയ്ക്ക് അപ്പുറത്തേക്കും ഇപ്പുറത്തേക്കുമുള്ള വിനിമയത്തിന്റെ അതിസുന്ദരമായ ആവിഷ്കാരം ചങ്ങമ്പുഴയുടെ; 'യവനിക' എന്ന കവിതയിൽ കാണാം.

സിംബോളിക് തലത്തിലുള്ള ഒരു സംക്രിയയായിട്ടല്ല ലകാൻ നോട്ടത്തെ കാണുന്നത് പകരം റിയലിന്റെ പ്രകടിതാംശമായിട്ടാണ്. മറ്റൊരാൾ നിങ്ങളെ ശ്രദ്ധിക്കുന്നു എന്ന് തിരിച്ചറിയുന്ന നിമിഷം മനസ്സ് കാണാത്തൊരു മേൽക്കുപ്പായം എടുത്തണിയാൻ തുടങ്ങും. അപരിചിതന്റെ നോട്ടത്തിൽ നിന്നും തന്നെ മറയ്ക്കാൻ ഒരു കുഞ്ഞ് അമ്മയുടെ മടിയിലേക്ക് ഒതുങ്ങുന്നതു പോലെ. ആ നോട്ടത്തിനു മുന്നിൽ ഇത്തിരി നേരത്തേക്കാണെങ്കിലും ഒരു 'കുറവ്' തോന്നുക സാധാരണമാണല്ലോ ഈ കുറവ്

നികത്താനുള്ള നിരന്തരശ്രമമാണ് സിംബോളിക് തലത്തിൽ നടക്കുന്നത്. അതുകൊണ്ടാവാം ജീവിതം എന്നെന്നും പൂർണ്ണതയ്ക്കായുള്ള ഒരു കാത്തിരിപ്പായി മാറുന്നത്.

നിരീക്ഷണത്തിലാണ് എന്ന തോന്നൽ നല്കുന്ന ഒരു ഉത്കണ്ഠയുണ്ട്. അയഥാർത്ഥമായ ഉത്കണ്ഠ (unrealistic anxiety) എന്ന് ഫ്രോയിഡ് വിശേഷിപ്പിക്കുന്ന മനോനില. ഇന്ന് ഈ ഉത്കണ്ഠ ഏറെയാണ് താനും നിരീക്ഷണ സംവിധാനങ്ങളും ക്യാമറകളും നമുക്കു ചുറ്റും സദാസമയവും മിഴിതുറന്നിരിക്കുകയാണ്. ആരോ എന്നെ തുറിച്ചു നോക്കുന്നുണ്ട് എന്ന തോന്നൽ മുമ്പു കാലങ്ങളിൽ മനോവിഭ്രാന്തിയുടെ ലക്ഷണമായിരുന്നെങ്കിൽ ഇന്നത് ഒരു യാഥാർത്ഥ്യമാണ്. നിർമ്മിതബുദ്ധിയുടെ ക്യാമറക്കണ്ണുകൾ എല്ലാം കാണാൻ തുടങ്ങിയിരിക്കുന്നു. ലകാനിയൻ തിയറിയിലെ വലിയ അപരത്തിന്റെ സ്ഥാനം നിർമ്മിതിബുദ്ധി ഏറ്റെടുക്കുകയാണ്. ഇനിയുള്ള കാത്തിരിപ്പുകൾ മറ്റൊരു അബോധത്തിനു വേണ്ടിയായിരിക്കും എന്നു ചുരുക്കം.

സോഷ്യൽമീഡിയ അഡിക്ഷനെക്കുറിച്ചു പറയാതെ അവസാനിപ്പിക്കാനാവില്ലല്ലോ. വല്ലാത്തൊരു ശൂന്യത ഉള്ളിൽ പേറുന്ന, അതിനു പരിഹാരമെന്നോണം ഭാഷയിൽ സ്വയം നഷ്ടപ്പെടുകയും വീണ്ടെടുക്കുകയും ചെയ്യുന്ന ഒന്നായിട്ടാണല്ലോ ലകാനിയൻ തിയറി വ്യക്തിബോധത്തെ കാണുന്നത്. ക്യാപ്പിറ്റലിസം പോലുള്ള സാമ്പത്തിക ക്രമങ്ങൾ ഈ പോരായ്മ പരിഹരിക്കാനായി അവരുടെ ഉത്പന്നങ്ങൾ നിരന്തരം പുനർനിർണ്ണയിക്കുകയും പുനർനിർവ്വചിക്കുകയും ചെയ്യുന്നതിനെക്കുറിച്ച് സിഷെക്

എഴുതുന്നുണ്ട്. നിങ്ങൾക്ക് 'എന്താണ് വേണ്ടത്' എന്നത് നിങ്ങൾ 'എങ്ങനെ പെരുമാറുന്നു' എന്നതു കൂടിയാകുന്നു. അത് വാങ്ങി കൂട്ടുന്ന പ്രൊഡക്ടായാലും ശരി ഉപയോഗിക്കുന്ന ആപ്പായാലും ശരി.

മീഡിയായുടെ കാര്യത്തിലാകുമ്പോൾ വ്യക്തിയുടെ വീക്ഷണം രൂപപ്പെടുത്തുന്ന അപരം സംക്രിയമാകുന്നത് ഫോട്ടോഗ്രാഫിക് ഉപകരണങ്ങൾ തീർക്കുന്ന വെളിച്ചത്തിന്റെയും നിഴലുകളുടെയും ലോകത്തിലാണ്. ചങ്ങമ്പുഴയുടെ വാക്കുകളിലേതു പോലെ 'നിഴലും വെളിച്ചവും മാറി മാറി നിഴലിക്കും ജീവിതദർപ്പണത്തിൽ'. തെളിയുന്ന താദാത്മ്യത്തിന്റെയും അന്യവത്കരണത്തിന്റെയും കഥയാണത്. വെളിച്ചത്തെ സാങ്കേതികവിദ്യയിലൂടെ മെരുക്കിയെടുത്ത് മുന്നിലെത്തിക്കുന്ന ചിത്രങ്ങൾ യഥാർത്ഥമാണ് (അല്ലെങ്കിൽ യഥാർത്ഥത്തിന്റെ പ്രതിഫലനമെങ്കിലുമാണ്) എന്ന തോന്നൽ കാണുന്നവരിൽ സൃഷ്ടിക്കുകയാണ് ദൃശ്യമാധ്യമങ്ങൾ ചെയ്യുന്നത്.

സത്യത്തിൽ ആ ചിത്രങ്ങൾ ഒരു പ്രക്ഷേപണം മാത്രമാണ്. അപരത്തിന്റെ (അബോധത്തിന്റെ) നിഴൽരൂപങ്ങൾ ഉള്ളിൽ പേറുന്ന ഒരു പ്രക്ഷേപണം. അവയിലേക്കുള്ള നോട്ടത്തിന് ഒരു രാഷ്ട്രീയ മാനമുണ്ട്. (അതൊരു 'ആൺനോട്ട'മാണ് എന്ന് ഫെമിനിസ്റ്റുകൾ). കാണുന്നത് ദൃശ്യങ്ങൾ മാത്രമല്ല തന്നെയും കൂടിയാണ് എന്നതാണ് ആ സവിശേഷത. കാണപ്പെടുന്ന വസ്തുവിൽ നിന്നും കാണുന്ന വ്യക്തി വേറിട്ടു നില്ക്കുന്നില്ല. ഒരു അനുഷ്ഠാനം പോലെ കാഴ്ചയുടെ ഭാഗമായി ചേർന്നു നിൽക്കേണ്ടി വരികയാണ്. സമാനമായ സന്ദർഭത്തിൽ

പ്രാർത്ഥനാചക്രത്തെ ഓർമ്മിപ്പിക്കുന്നുണ്ട് സിഷെക്. ആയിരം വട്ടം പ്രാർത്ഥിക്കുന്നതിനു പകരം പ്രാർത്ഥന എഴുതിയ പേപ്പർ ഒരു ചക്രത്തിലൊട്ടിച്ചുവെച്ച് ആ ചക്രം കറക്കിക്കൊണ്ടേയിരിക്കുക. നിങ്ങൾക്കുവേണ്ടിയുള്ള പ്രാർത്ഥന, ചക്രം നിർവഹിക്കുകയാണ്. ടെലിവിഷനിലെ ചില കോമഡി പ്രോഗ്രാമുകൾ ശ്രദ്ധിച്ചിട്ടില്ലേ. രംഗങ്ങളോടൊപ്പം കാണികളുടെ ചിരിയും ഉയർന്നു കേൾക്കാം. സൗണ്ട് ട്രാക്കിൽ റിക്കാഡു ചെയ്ത ചിരിയും അതോടൊപ്പം ഉയരുകയാണ്. കാണുന്ന നിങ്ങൾക്കു ചിരി വന്നില്ലെങ്കിലും നിങ്ങൾക്കു വേണ്ടിയുള്ള ചിരി മുഴങ്ങിക്കൊണ്ടേയിരിക്കും. ആ അപരം നിങ്ങളല്ല എന്നു പറഞ്ഞാൽ ആരും വിശ്വസിക്കില്ല. നിങ്ങൾ പോലും വല്ലാത്തൊരു മനോനിലയിലേക്കു വഴുതിപ്പോയ ഒരു ഷേക്സ്പിയർ കഥാപാത്രത്തെയാണ് സിഷെക് ഈയൊരു സന്ദർഭത്തിൽ ഓർത്തുപോകുന്നത്.

And know not now what name to call myself!
O that I were a mockery king of snow
Standing before the sun of Boligbroke
To melt myself away in water -drops!

-Richard II- Shakespear

Bibliography

1. *Ecrits*- Jacques Lacan
2. *How to read Lacan*- Slavoj Zizek
3. *Read my desire*- Jean Copjec
4. *Lacanian theory of Discourse*- Edited by Mark Bracher; Marshal W Alcorn Ronald J Cortbell and F M kenney
5. *The Cambridge Companion to Lacan* Edited by Jean Michel Rabate
6. *A Anti-Edipus Capatilism and Schizophrenia Giloloes Deleuze*-Felix Guatttari
7. *Jacqes Lacan A Feminist Introduction*–Elizabeth Grosz
8. *Lacan On Depression And Melan cholia* Edited by Derek Hook Stun Vanheule
9. *Lacan* Lionel Bailly
10. *Dictionary Of Lacanian Psychoanalysis*-Dylan Evams
11. *The Signifier Pointing At The Moon* Raul Moncayo